தில்லையில் சிலை திருட்டு

சி.விக்கனராஜ்

ஏலே பதிப்பகம்

தில்லையில் சிலை திருட்டு– சிறுகதை
© சி.விக்கனராஜ் 2021
எழுத்தாளர்: சி.விக்கனராஜ்
முதல் பதிப்பு: டிசம்பர் 2021

வெளியீடு:
ஏலே பதிப்பகம்
5/175, பாத்திமா நகர்,
கூத்தென்குழி,
திருநெல்வேலி – 627104
தொடர்புக்கு: 9944992571

Thillail sellai thiruttu – Short story
All Copy Rights Reserved By © S.Vignaraj 2021
Author: S.Vignaraj
First Edition: December 2021

Published By:
Aelay Publish
5/175, Fathima nagar,
Kuthenkuly,
Tirunelveli -627104
Phone: 9944992571

Design And Executed by

ISBN : 978-93-5533-200-4
Page : 60

என்னுரை

இறைநம்பிக்கை அற்ற நான் இந்த சிறுகதையை என் புரிதலின் அடிப்படையிலே எழுதியுள்ளேன். இது முற்றிலும் சரியென கூறமாட்டேன். இது என்னை நான் மதிப்பிடுவதற்கான ஒரு புதுவித கதைக்களமாக எடுத்து எழுதினேனே தவிர வேறு எந்தவித நோக்கத்திலும் நான் எழுதவில்லை. இந்த கதை முழுக்க சிதம்பரம் நடராஜர் கோவிலை சுற்றியே இடம்பெற்றிருப்பதால் முதல் முறையாக நான் அந்த கோவிலுக்கு சென்றுவரும் சந்தர்பத்தை இந்த கதை எனக்கு அளித்தது. இந்த கதை எழுதுவதற்கு இணையத்தில் சில கட்டுரைகளும், பல காணொளிகளையும் கண்டு நடராஜர் சிலையை பற்றிய புத்தகங்களை படித்து நான் ஒரு புரிதலுக்கு வந்தேன். அந்த புரிதலை என் கற்பனையோடு சேர்த்து ஒரு சிறுகதையாக உங்கள் பார்வைக்கு சமர்பிக்கிறேன்.

வாசகர்களுக்கான உரை

வாசகர்களே நீங்கள் எந்த இறைவன் மீதும், எந்த மதத்தின் மீதும் பற்றுக்கொண்டு இருக்காலம், அது உங்களின் தனிப்பட்ட நம்பிக்கை. ஆனால் இந்த கதையை வாசிக்கும் சில நிமிடங்கள் எந்த ஒரு பக்தி மனநிலையிலும் இல்லாமல் ஒரு கலையாற்றலை ரசிக்கும் மனிதனாய் வாசிக்க தொடங்குகள். அப்போதே கதை உங்களுக்குள் ஒரு தாக்கத்தை ஏற்படுத்தும். இந்த கதையை வாசித்து முடித்த பின் உங்களுக்குள் ஏதோ ஓர் உணர்வு தோன்றுமானால் (அது நல் உணர்வே, தீ உணர்வே) நீங்கள் கண்டிப்பாக ஒரு ரசனைவாதியே. எதுவும் தோன்றாமல் இருந்தால் நீங்கள் சரியான மனநிலையில் வாசிக்க மறந்து விட்டீர்கள் என்றே நான் எடுத்துக்கொள்வேன்.

முன்னுரை

இந்த சிறுகதை முழுக்க சிதம்பரம் நடராஜர் சிலையை மையமாக கொண்டதே. இந்த சிலையை பற்றி பலவிதமான கூற்றுகளும், கோட்பாடுகளும் உள்ளன. அதில் நான் புரிந்து கொண்டு ஏற்றுக்கொண்டதையையே என் கற்பனையுடன் இணைத்து கதையாக வடிவமைத்துள்ளேன். இந்த கதையில் அந்த சிலையை பற்றியும் அந்த கோவிலை பற்றியும் சில சுவாரஸ்யமான தகவல்கள் இருக்கும். இந்த தகவல்கள் வெறும் கருத்துக்களாக இல்லாமல், கதாப்பாத்திரங்களுக்குள் தாக்கத்தை ஏற்படுத்தியிருக்கும், அது போலவே வாசிக்கும் உங்கள் மனதிலும் தாக்கத்தை ஏற்படுத்துமென நம்புகிறேன்.

வலசை போதல் போல பல இளம் பெணகள்
கல்லூரி படிப்புக்கு வெவ்வேறு ஊர்களில் இருந்து
வந்து தங்கள் விருப்ப படிப்பினை படித்து கொண்டே
ஓய்வுக்கும் பாதுகாப்புக்காகவும் தங்கும் இடம் தான்
விடுதி. ஒரு விடுதியின் பெயர் பலகையில்
பொறிக்கப்பட்டுள்ள எழுத்துகள் இவ்வாறு இருந்தது
"எஸ்.எம் ஹாஸ்டல்". இது ஒரு தனியாருக்கு
சொந்தமான கல்லூரி பெண்கள் தங்கும்
விடுதியாகும். அந்த விடுதிக்குள் இரவில் நிலவாய்
எத்தனையோ முகங்கள் இருந்தாலும் அன்று வானில்
தோற்றமளித்த நிலாவின் அழகொளியில்
இரண்டாம் தளத்தில் மூன்று பெண்கள் நடந்து வர
அதில் ஜெயா என்னும் பெண் முப்பத்து இரண்டாம்
கதவு எண்ணை திறந்தாள். அவள் கருப்பு நிற
சட்டையும் மாணவிகள் அணியும்
முழுகால்சட்டையையும் அணிந்திருந்தாள்.
அவளுடன் வந்த பிற தோழிகள் அவளிடத்தில்
இருந்து விடைபெற்று சென்றனர். கதவினை திறந்த
ஜெயா உள்ளே காதுகளில் காதொலிப்பான்
மாட்டிக்கொண்டு படுத்திருந்த தன் உயிர் தோழி
மதியினை பார்த்தாள். மதி ரோஸ் நிற டி-சேர்ட்டும்
முழுகால்சட்டையும் அணிந்திருந்தாள். ஜெயா தன்
கைகளில் இருந்த நோட்டுக்கை மேசையில்
வைத்துவிட்டு மதியை கைகளால் சீண்டினாள். மதி
காதுகளில் இருந்த காதொலிப்பானை கழட்டினாள்.
பின் "மதி உனக்கு என்னதான் டி ஆச்சி, இரண்டு
நாள் காதுல எட் போன் மாட்டிக்கிட்டு மொபைல்ல
ஏதேதோ வீடியோஸ்லாம் பாக்குற, என்னதான் உன்
பிரச்சனை" என்று ஜெயா கேட்டாள். "ஒன்னும் இல்ல
ஜெ, காலேஜ்ல பைனல் இயர் சார்ட் பிலிம்க்கு
ஸ்கிரிப்ட் சமிட் பன்ன சொல்லிரிக்காங்க ஜெ, சோ
இன்டர்ஸ்டிங்கான நியூஸஸ், மிஸ்டரி கேஸஸ்

ஏதாவது கிடைக்குமானு பாக்குறேன், ஆனா இதுல வர வீடியோஸ்ல எதுவுமே எனக்கு பிடிக்கல" னு மதி சோர்வாய் கூறினாள். பின் ஜெயா மதியை பார்த்து சிரித்துக்கொண்டே "மதி இதுக்கு தான் நா, அப்பவே சொன்னேன் என்ன மாதிரி நைர்ஸ்ங், இல்ல லேப்டேக்கினிஸியன்னு ஏதாவது சைன்ஸ் குருப்ல சேர்ந்திருணு. அதவிட்டு டு விசுவல் கமினிகேஷன் தான் படிப்பேன்னு சேர்ந்த, இப்ப பாரு மண்டைய பிச்சிக்கிட்டு உட்காந்து இருக்குற" னு கூற, மதி படுத்திருந்த மெத்தையில் இருந்து எழுந்து அமர்ந்தவாறு "இது கஸ்டம் இல்ல ஜெ, எனக்கு விசுவல் கமினிகேஷன் தான் பிடிச்சிருக்கு அதனாலதான் இவளவு எவ்வோர்ட் போட்டு ஸ்கிரிப்ட் ரெடி பன்னுறன்அ ஓகே வா, இதுவும் எனக்கு ரொம்ப பிடிச்சிருக்கு. புதுசா நிறைய தெரிஞ்சிக்க முடியுது" னு ஜெயாவிடம் மதி கூறினாள். "அது எப்படியோ நீயாச்சு உன் ஸ்கிரிப்டாச்சு என்னையவிடு, ஆனா இப்படியே உட்காந்து இருந்த கேண்டின்ல ஒன்னும் இருக்காது. வா போய் சாப்ட்டு வரலாம்" னு ஜெயா அழைத்தாள். பின் இருவரும் வெளியில் வந்து கதவினை மூடிவிட்டு படியில் இறங்கினர்.

படிகளில் இறங்கியவாறு இருவரும் முதல்தளத்தை அடைந்தனர். அங்கு ஜெயா "மதி, கொஞ்சம் வேய்ட் பன்னு, சுப்பு சாப்பாட்டாளானு போய் கேட்டுட்டு வரன்அ" னு மதியிடம் கூறிவிட்டு ஜெயா நடந்து சென்றாள். மதியின் கைப்பேசி அறையில் சார்ஜ் போட வைத்து விட்டால் என்ன செய்வதென தெரியாமல் விழிகளை சுழலவிட்டாள் மதி. அவளின் எதிரில் இருந்த பொது மேசையில் இன்றைய செய்தி நாளிதழ்கள் இருந்தன. அவை காலையிலிருந்து பலரின் கைகளால்

கசக்கப்பட்டதால் அதன் நிஜ அழகு தோற்றத்தை இழந்து வெறும் காகிதமாய் காட்சியளித்தன அந்த மேசையின் நாளிதழ்கள். மதி அந்த மேசையில் ஏதோ ஒரு நாளிதழின் ஒரு பக்கத்தை கையில் எடுத்தாள். பெரிதும் நாளிதழ் வாசிக்கும் பழக்கமில்லாத மதி அந்த நாளிதழை அந்த மேசையில் வைத்து இவ்வாறு அதில் உள்ளதை சற்று குறுகிய சத்தத்துடன் வாசித்தாள். "ஓய்வுபெற்ற ஜெ.ஜி என்.ஆர்.ராமன் அவர்களை சிலை கடத்தல் தடுப்பு பிரிவு அதிகா ரியாக உயர் நீதிமன்றம் உத்த ரவிட்டுள்ளது". என்று அவள் நாளிதழுக்குரிய எழுத்துநடையை வாசிக்க சற்று தடுமாறி வாசித்தாள். ஆனால் கருப்பு நிறத்தில் சற்று பெரிதாகவும் அதற்கு கீழ் சற்று சிறிதாகவும் இருந்த இந்த வாசகத்தை மதி வாசித்து புரிந்து கொண்டாள். பின் அங்கிருந்து வந்த ஜெயா மதியினை முதுகில் தட்டி "வா மதி, அவ போய் சாப்ட்டுட்டு வந்துட்டாளாம். நாம்ப போவோம் வா" னு ஜெயா மதியை அழைத்திட, இருவரும் படிகளில் வேகமாக இறங்கினார்கள்.

வெளிநாட்டு பறவைகள் வேடந்தாங்கலுக்கு வந்து விருந்து உண்பது போல் எங்கோ பிறந்த பல உயிர்கள், நட்பென்னும் ஒரு உறவால் இணைந்தே அவர்கள் யாவும் பிடித்தும், பிடிக்காமலும் பசியினை போக்கி கொள்ளவும் தினமும் உணவினை உண்ணும் உன்னதமான இடம் தான் விடுதி உணவகம். மதியும், ஜெயாவும் விடுதி உணவகத்தின் உள்ளே நுழைந்தனர். அங்கு வலது மூலையில் அடுக்கி வைக்கப்பட்டிருந்த தட்டுகளில் தங்கள் தட்டினை எடுத்துக்கொண்டு சில அடிகள் நகர்ந்து அங்கிருந்த குழாய்களில் கைகளையும் தட்டினையும் கழுவினார்கள். பின் ஜெயா "மதி,

எனகிட்ட கூடு நான் வாங்கிட்டு வரனஅ" னு மதியின் தட்டையும் வாங்கிக்கொண்டு உணவளிப்பவரிடம் ஜெயா சென்றாள். மதி இரண்டு தம்பளர்களை எடுத்து குழாயில் கழுவி விட்டு, காலியாக இருந்த ஒரு மேசையில் போய் அமர்ந்தாள். அதோடு அருகில் உணவருந்திய தோழியிடம் குடித்தண்ணீர் ஜெக்கினை வாங்கி இரு தம்பளரிலும் தண்ணீரை நிரப்பினாள். பல பெண்கள் உணவு அருந்தி விட்டு வெளியே சென்று கொண்டிருக்க, ஜெயா தற்போதே உணவு வாங்குவதை பார்த்த அவர்களின் விடுதி காப்பாளரான மேரி அவர்கள் "ஜெயா டைம் என்ன ஆகுது, இப்ப வந்து சாப்பிடுற" என்று கேட்க. அவள் கைகளில் இரண்டு தட்டுகளிலும் உணவு இருப்பதை பார்த்து "ஓ உன் ப்ரெண்ட் மதியும் இப்பதான் சாப்பிடுறாளா, ரெண்டு பேரும் சீக்கிரம் போய் சாப்பிட்டு படுங்க" னு மெல்லிய மிரட்டல் விட்டாள். ஜெயாவும் உணவு தட்டுகளை எடுத்துக்கொண்டு மதி அமர்ந்திருந்த மேசையில் வந்து வைத்தாள். பின் இருவரும் இணைந்து உணவினை உண்ண தொடங்கினர். அப்போது மதி, "ஜெ நம்ப இங்க எவளவு பேரு படிச்சிட்டு கவர்மெண்ட் வேலை கிடைக்கமாட்டுதுன்னு இருக்கோம். ஆனா ரெட்டேட் ஆனா ஆளுக்கு இன்னொரு போஸ்டிங் கொடுக்குறாங்க, இதெல்லாம் எப்படி பாஸிபல்" னு ஜெயாவிடம் கேட்டாள். அதற்கு ஜெயா வாயில் இட்டிலியை வைத்துக்கொண்டிருந்ததால் சற்று மௌனம் காத்து அது உள்ளே சென்றவுடன் "மதி , என்கிட்ட சொரத்துக்கு என்ன டேபிளெட் னு கேளு நா சொல்லறன்அ அதெல்லாம் விட்டுட்டு பால்டிக்ஸ் கேக்குறியே என்கிட்ட போய்" னு கூறிட, பக்கத்து மேசையில் அமர்ந்திருந்த ப்ரித்தி "மதி நீ கேட்டது சரி தான். ஆனா சும்மா ஒன்னும் அந்த போஸ்டிங

கொடுக்கல, அவரு போலிஸ்ல இருக்கும் போது நிறைய சிலை திருட்டு குற்றங்களை தடுத்திருக்காரு, அதனால அவருக்கு இந்த சிறப்பு போஸ்டிங் கொடுத்திருக்காங்க, என்னதான் இருந்தாலும் நீ சொல்லற மாதிரி நிறைய எங்ஸ்டர்ஸ் வேலையில்லாம இருக்கும் போது இவர்கிட்ட டைரினிங் எடுத்துக்குட்டு கூட அவங்களுக்கு அந்த போஸ்டிங் கொடுக்காலாம் தான், இத நாம்ப பேசி என்ன ஆக போகுது" னு கூறியவாறு மதியின் பக்கம் திரும்பி அமர்ந்திருந்தாள். "ப்ரித்தி நீ பி.எஸ்சி பிஸிக்ஸ் தான படிக்குற. ஆனா போலிடிக்கல் சைன்ஸ் படிக்குற மாதிரி பேசுற" னு ஜெயா கேட்க. "ஜெ டெய்லி ஹாஸ்டல் நீயூஸ் பேப்பர் படிச்சாலே போதும் பாதி பால்டிக்ஸ் தெரிஞ்சிக்கலாம்" னு பதில் கூற. "ப்ரித்தி நான் அந்த நீயூஸ்ஸ புல்லா படிக்கல, அதான் நீ சொன்ன விஷியம் எனக்கு தெரியல டி. எனிவே தேங்க்ஸ் டி" னு மதி கூற. ப்ரித்தியும் அவளுடன் இருந்த அவள் தோழியும் சாப்பிட்டு முடித்து தங்கள் தட்டினை எடுத்துக்கொண்டு எழுந்தனர். ப்ரித்தி நின்று கொண்டே "என்ன மதி, தேங்க்ஸ்லாம். சரி நீங்க இப்பதான் வந்திருக்கிங்க, சாப்பிட்டு வாங்க நாங்க போறோம்" னு சொல்லி விட்டு ப்ரித்தியும் அவள் தோழியும் தட்டினை கழுவ சென்றனர். அங்கு நின்றிருந்த இரு பெண்களில் ஒரு பெண் ஸ்கர்ட் மற்றும் பொம்மை வைத்த டி-சேர்ட் அணிந்திருந்தாள். அந்த பொம்மை ஆடை அணிந்திருந்த பெண் குள்ளமாக, வெள்ளையாக உண்மையில் ஒரு சிறு பொம்பை போலவே இருந்தாள். அவள் அவளுடன் இருந்த தோழியிடம் ஏதோ கூறிவிட்டு மதியினை நோக்கி வந்தாள்.

தன் அருகில் ஒருவர் வந்து நிற்பது போல் தோன்றியவுடன் மதி யாரென பார்த்து, "ஹேய்,

கலை. ஏன் நிக்குற உடகாரு டி," னு மதி கூறிட, கலை ஜெயாவை பார்த்தாள். பதிலுக்கு ஜெயா "ஏய், காலேஜ்ல தான் சீனியர், ஜீனியர் லாம் இது ஹாஸ்டல் இங்க ரூல்ஸ்ஸே வேற. உட்காரு" னு மிரட்டுவது போல் கூறினாள். கலை நாற்காலியில் அமர்ந்திட, "ஜெ, என்ன இவள போய் மிரட்டுற" னு மதி கேட்க. "அதெல்லாம் இல்ல மதி" னு ஜெயா கூறியவுடன். மதி கலையை பார்த்து "அப்புறம் கலை, பர்ஸ்ட் இயர் ல சிக்ஸ் மன்த் ஆச்சி எப்படி போகுது" னு கேட்டாள். "ம்ம். ஒகே அக்கா, அப்புறம் என்னோட பெரிய கனவு ஒன்னு நாளைக்கு ரியல நடக்க போது அக்கா" னு கலை கூற, "என்ன கலை அது" னு மதி கேட்க, "ரொம்ப வருஷம் கழிச்சு நாளைக்கு தான் சிதம்பரம் நடராஜர் கோவில்ல கலேஜ் ஸ்டுடன்ஸ்க்கா கவர்மென்ட் டே நாட்டியாஞ்சலி நிகழ்ச்சி நடத்தது அக்கா, அதுல எங்க காலேஜ் சார்பா நான் தான் அக்கா சோலோவா பரத நாட்டியம் ஆட போறேன், சின்ன வயசுல இருந்தே நடராஜர் கோவில் நாட்டியாஞ்சலி ல என்னுடைய அரேங்கேற்றம் இருக்கனும்னு ஆசை அக்கா" னு கலை கூறினாள். "சூப்பர் கலை" மதி கூற, "அக்கா இது போதாது நீங்க கண்டிப்பா அங்க வரனும் அக்கா, ப்ளீஸ் அக்கா" னு கலை கேட்க, மதி ஜெயாவை பார்த்து விட்டு "சரி உனக்காக வரன்அ" னு மதி கூறிட, பின் "சீனியர் நீங்களும் வாங்க ப்ளீஸ்" என்றாள். ஜெயா முக அசைவில் தலையசைத்தாள். அதோடு மதி "கலை இத எடுத்து சாப்பிடு" என்று தன் தட்டில் கேசரியை கைக்காட்டிட, "அக்கா நான் சாப்பிட்டுடன்அ, எனக்கு வேணாம் அக்கா" னு கலை கூற, "நாளைக்கு அரங்கேற்றம்ல பன்ன போறன்னு சொல்லற. உடம்புல சத்து வேனாம் சாப்பிடு டி" னு மதி உரைக்க, "ஏய், அவ உன்ன விஷத்தயா சாப்பிட

சொன்னா, கேசரி தான, சாப்பிடு" னு ஜெயா மிரட்டிட, கலை தட்டிலிருந்து அந்த சிறு கேசரியை எடுத்து வாயில் போட்டுக்கொண்டாள், அதோடு தலையினை திருப்பி பார்த்தாள். "அக்கா என்னோட ப்ரண்ட் நிக்குறா, நா போட்டா" னு கேட்டாள் கலை. மதியும் 'ஓகே நீ போ டி' னு சொல்ல. கலை எழுந்து "அக்கா மறக்காதிங்க, சீனியர் நீங்களும் மறந்திடாதிங்க நடராஜர் கோவிலுக்கு நாளைக்கு இவ்வினிங் வந்துடுங்க" னு கூறிவிட்டு ஓடினாள்.

சில நிமிடங்களில் ஜெயாவும், மதியும் உணவினை உண்டு முடித்து, தட்டுகளை கழுவி வைத்துவிட்டு, தங்கள் அறைக்கு செல்ல படிகளில் ஏறினார்கள். படியில் ஏறுகையில், மதி ஜெயாவிடம், "ஜெ, நாளைக்கு அந்த நடராஜர் கோயிலுக்கு போவோமா டி" னு கேட்க. "மதி, உன் உடன்பிறக்கா பாசமலர் தங்கைக்காக நீ போ. என்னைய கூப்பிடதா" னு சொல்ல, "ஜெ எனக்கு தங்கச்சினு ஒருத்தி இருந்த அவ கலைய போலதான் இருப்பா, அதனால அவள எனக்கு பிடிச்சிருக்கு, அதுக்காக நீயும் கலையும் ஒன்னாக முடியுமா நீயே சொல்லு, அவளுக்காக இல்லைனாலும் அவ எப்படி தான் ஆடுறானவது போய் பாக்கனும்ல" னு கூற, ஜெயா "அதெல்லாம் அவ ரொம்ப நல்லாவே ஆடுற, அவள காலேஜ்ல சைலக்ட் பன்னதே, டென்டல் டிப்பார்ட்மென்ட் மோகனாம்பாள் தான், நல்லா ஆடுறதுதாலதான் எங்க காலேஜ்ல பர்ஸ்ட் டேன்ஸா அவள ஆட வைக்குறாங்க" னு கூறினாள். பின் மதி "ஜெ, நான் கூட அந்த கோவில்ல பாத்ததே இல்ல, அதோட அந்த கோவில்ல பத்தி வேப்சைட்ல ஏதோ படிச்ச மாதிரி இருக்கு, அவளுக்காக இல்லனாலும், எனக்காக வாடி," னு சற்று முகத்தினை கெஞ்சுவது போல் வைத்து கேட்டாள். அதை பார்த்த ஜெயா "ஓவர

   தில்லையில் சிலை திருட்டு

நடிக்காத, உனக்காக வரன், அங்கவந்துட்டு என்னைய சாமிகும்பிடனும், பட்டைபோட்டுக்கனும்ணு லாம் சொல்ல கூடாது, புரிதா" னு கூறினாள். உடனே மதி அவளை கட்டிபிடித்து, "இதான் என் ஜெ," என்றாள். அவளின் அணைப்பில் விடைபெற்று ஜெயா கதவினை திறக்கையில் "ஜெ, உன்கிட்ட நா எதுவும் சொல்லமாட்டான்அ, ஆனா என் கூட வந்து நின்னா போதும். ஓகே வா" னு மதி கேட்க. "ம்ம்" என்று தலையசைத்தாள். பின் சார்ஜ்ஜில் இருந்த கைப்பேசியை மதி எடுக்க, ஜெயா "இங்க பாரு மதி, ஒழுங்கா போன வைச்சிட்டு படுத்துருணு சொல்லிட்டன்அ, நைட்டேல்லாம் போன பாத்துட்டு இருந்த அவளோதான் பாத்துக்கோ" னு முகத்தில் கோபத்துடன் கூற, மதியும் கைப்பேசியை அணைத்து, தன் படுக்கையில் படுத்துக்கொண்டு போர்வையை எடுத்து போற்றிக்கொண்டாள். ஜெயாவும் மின்விளக்கை அணைத்துவிட்டு அவள் படுக்கையில் படுத்துக்கொண்டு போர்வையை எடுத்து போர்த்திக்கொண்டாள்.

*****

போர்வையை இழுத்து போர்த்து கொண்டு, இரவில் உறங்கும் உறவுகள் ஏராளம். ஆனால் போர்வை இல்லாமல் இரவின் பனிப்பொழிவிலும் இமைகள் மூடாமல் மக்கள் முன் புராணக்கதைகளை எடுத்துரைத்து நடனம் ஆடும் மகத்தானவர்கள் தெருக்கூத்துக் கலைஞர்கள். அப்படி பட்ட தெருக்கூத்து கலைஞர்களின் ஒரு குழுவில் உள்ள ஒருவர் அந்த இரவில் தன் கழிலியை போர்வையாக்கி கொண்டு உறங்குகையில், அவரை இளைஞன் ஒருவன் தன் கரங்களால் எழுப்பினான். அவன் சீண்டாலாள் ஆத்திரமாய் எழுந்த அவர், எழுப்பிய இளைஞனை பார்த்து, "என்னாட வேலா, இன்னக்கி தான் நாடகம் இல்ல ல, இன்னக்கியாவது தூங்க உடுங்கடா" னு கூற, அந்த இளைஞனான வேலன் "அண்ணா ஆசான் எல்லார்கிட்டாயும் நாளை மறுநாள் நடத்த போற நாடகத்த பத்தி பேசனும்னு இப்ப வர சொன்னாரு ணா" என்றான். "அந்த ஆளுக்கு வேற வேலையே இல்லை டா, நாளான்னக்கி நடக்க போற நடக்கத்துக்கு இன்னக்கியே ஒத்திகையா, என்ன கொடுமை டா இது" னு உறக்கம் தெளிந்த நிலையில் எழுந்து அமர்ந்தார். பின் வேலன் "அண்ணா ஒத்திகை லாம் இல்லன கதைய பத்தி பேசனுமா, அதுக்காகத்தான் வர சொல்லுறாரு" னா என்றான். பின் அவர் எழுந்து நின்று தன் கழலியை சரிசெய்து கொண்டு வேலனுடன் நடந்தார். வேலனும் அவரும் ஒன்றாய் நடக்கையில் யானையும், ஓட்டக்கசிவங்கியும் நடப்பது போல் இருந்தது. ஏனெனில் வேலன் இளம் வயது அதோடு உயரம் ஆறு அடிக்கு மேலும், உடலமைப்பு திடமாகவும் இருந்தது. அவனுடன் நடந்த அவரின் பெருத்த வயிரும், அதோடு அவரின் தலை வேலனின் தோள்பட்டை அளவே இருந்தது.

வேலன் உயரமாகவும் திடமாகவும் இளமையுடனும் இருப்பதால், அவனுக்கு அசுரவேஷங்கள் அளிக்கப்படும் அவ்வபோது பெண் வேடங்களும் கூட ஏற்றுக்கொண்டு நடனமாடுவான். அவ்விருவரும் பேசிக்கொண்டே அனைவரும் கூடியிருந்த இடத்திற்கு வந்தனர். அங்கு ஒரு பதினைந்து தலைகள் இருந்தன. அதில் பல தலைகள் நீண்ட தலைமயிரை கொண்டு இருந்தது. ஏறத்தாழ அனைவரும் மீசையும், தாடியையும் சவரம் செய்தே இருந்தனர். அந்த கூட்டத்தில் வேலனும் அவருடன் வந்தவரும் சேர்ந்து அமர்ந்தனர். அவர்கள் முன் இருந்த ஒற்றை நாற்காலி காலியாக இருந்தது. அதில் அமரபோகும் நபருக்காகவே அங்கிருந்தவர்கள் காத்திருந்தனர்.

ஒரு வெள்ளை நிற முண்டாசு பனியனும், வெள்ளை வேஷ்டியும் அணிந்தவாறு எழுபது வயதுள்ள ஒருவர் தலை முடி உதிர்ந்தும், காதுகளில் நீண்ட முடிகளும், முகத்தில் தடிய மிசையையும், சுருங்கிய தோல்களும் கொண்டு நடந்து வந்தார். வந்தவரை பார்த்தவுடன் அமர்ந்திருந்த அனைவரும் எழுந்து நின்றனர். அவர் அனைவரையும் தன் கரங்களால் அமரச் சொல்லிவிட்டு அவரும் அங்கிருந்த நாற்காலியில் அமர்ந்தார். அந்த முதியவரைத்தான் வேலன் ஆசான் என்று அழைத்தான். அவரை அனைவருமே ஆசான் என்றே அழைப்பர். ஏனெனில் அவரே அந்த நாடகக்குழுவின் தலைவர் அதோடு வயதிலும் அனுபவத்திலும் மூத்தவர் அதனாலே அவரை ஆசான் என அழைக்கிறார்கள். அப்படியான ஆசானின் வயது கூடியிருந்தாலும் குரலின் கம்பீரம் அப்படியே தான் இருந்தது. வயது முதிரச்சியால் குரலின் சத்தம் சிறிது குறைந்து ஒலித்தது. ஆசான் அங்கிருந்தவர்களிடம்

பேசியது, "நம்ப எல்லாரும் எவ்வளவோ ஊர்ல போய் எத்தனையோ நாடகங்கள்ல நிகழ்த்தி இருப்போம். ஆனா இப்ப நமக்கு கிடைச்சிருக்கறது யாருக்கும் கிடைக்காத வாய்ப்பு, இந்த சிதம்பரம் நடராஜர் ஆலையத்தில நம்ப குழுவோடு தெருக்கூத்து நடக்க போறது நம்ப குழுவுக்கு கிடைச்ச பெரிய மரியாதை இது தான். அதனால நாளை மறுநாள் நடக்க விருக்கும் நாடகத்த பத்தி பேசதான் உங்கள இப்ப வரச்சொல்லி இருக்கின்அ" னு அவர் கூறிட. அங்கிருந்த அனைவரும் அவர் கூறுவதை கவனமாய் கேட்டுக் கொண்டிருந்தனர். பின் அவரே "இந்த கோவில்ல இருக்குர நடராஜர் சிலையானது சிவனின் ஆனந்த தாண்டவ வடிவமாகும் நம்ப நிகழத்தபோற நாடகத்தின் தலைப்பு 'சிவனின் ஆனந்த தாண்டவம்' இந்த தாண்டவம் அவர் ஏன் நிகழ்த்தினர் என்பதையே நம்ப நாடகமா மாத்தபோறோம். உங்கள யாருக்காவது ஆனந்த தாண்டவம் சிவன் ஏன் எடுத்தாருனு தெரியுமா." னு ஆசான் கேட்டார். அதற்கு அங்கு அமர்ந்திருந்ததில் ஒருவர் மட்டும் தெரியும் என்றார். அவர் பெயர் கண்ணன் அவரின் வயது நாற்பதுக்கு மேல் இருக்கும். கிட்டத்தட்ட ஆசானுடன் நடனமாடியாவராகத்தான் இருக்க வேண்டும். அவர் தெரியும் என்றவுடன் ஆசான், "உனக்கு நிச்சயம் தெரிஞ்சிரிக்க வேண்டும் கண்ணா. அதோடு நம்ப கண்ணனதான் இந்த நாடகத்தில சிவன் வேஷம் கொடுக்கலாமுனு இருக்கன். யாருக்காவது அதபத்தி கருத்து இருக்கா" என்று ஆசான் கேட்டார். அங்கிருந்தவர்கள் யாரும் எதுவும் சொல்லவில்லை. பின் அவரே "உங்களுக்கு சிவன் ஆனந்த தாண்டவன் ஏன் எடுத்தாருனு தெரியாதது ஒன்னும் தப்பில்ல, ஆனா நாடகம் நடக்குறதுக்கு முன்னாடி எந்த

          தில்லையில் சிலை திருட்டு

கதைய நிகழத்தபோறோமோ அந்த கதையே முழுவதுமா அந்த நாடக குழு தெரிஞ்சிரிக்க வேண்டும். இப்ப உங்க எல்லாருக்கும் நானே நாம்ப நிகழ்த்த போற கதையை செல்லுறேன். எல்லாருமே கேளுங்க, கண்ணா நீயும் கேளு, அப்பதான் உனக்கு நடிக்க சுலபமா இருக்கும்." என்றார்.

"கதையானது தொடங்கும் இடம் தாரகம் என்னும் வானத்திலே. அந்த வனத்தில் பல ரிஷிகள் யாகம் செய்து கொண்டிருந்தார்கள். அவர்களின் யாகமானது சிவப்பெருமானுக்கு ஆதரவாக இல்லாமல், அவரை எதிர்க்கும் விதமாக இருந்தது. ஆதலால் சிவனும், விஷ்ணுவும் அழகு நிறைந்த பெண்களாய் மாய மோகினி அவதாரம் எடுத்து அந்த வனத்திற்குள் நுழைந்தனர். அவர்களின் அழகை கண்டு காதலும் மோகமும் கொண்டு ரிஷிகள் அனைவரும் யாகத்தை கை விட்டு அந்த அழகு பெண்களுடன் உறவு கொள்ள அவர்களை தொட்டவுடன், அப்பெண்ணின் நிஜ உருவம் வெளிப்பட்டது. பெண்ணாக வந்து நம் யாகத்தை கலைத்தது. சிவபெருமான் என அறிந்தவுடன் ரிஷிகள் கோபம் கொண்டு மீண்டும் ஒரு யாகத்தை புரிந்தனர். அந்த யாகத்தின் விளைவாய் ஒரு பெரும் புலியை உருவாக்கி சிவபெருமானுக்கு எதிராக சண்டையிட அனுப்ப, சிவபெருமான் சிறு புன்னகையுடன் அந்த புலியின் தோலினை தன் நிகத்தால் கிழித்து உடலில் உடையாய் உடுத்தி கொண்டார். பின் ரிஷிகள் கொடிய விஷம் பொருந்திய சர்ப்பத்தை சிவனுக்கு எதிராக அனுப்பிட, அதை அன்பால் பணியவைத்து தன் கழுத்தில் மாலையாய் மாற்றிக்கொண்டார். இதை பார்த்த ரிஷிகள் மிகவும் கோபம் கொண்டு கொடூர குணம் பொருந்திய முயலகன் என்னும் அசுரனய்

சிவனுக்கு எதிராக அனுப்பிட, சிவனோ அந்த முயலகனை வதம் செய்து தன் பாதங்களை அவன் மேல் பதிய வைத்தார். இவ்வாறாக ரிஷிகள் செய்திட பின் தாம் செய்த தவறுகளை புரிந்து கொண்டு ரிஷிகள் யாவரும் சிவபெருமானிடம் மன்னிப்பு கேட்டிட, அவரோ புன்னகையுடன் நடனமொன்றை ஆடினார். இவ்வாறு அந்த வனத்தில் நிகழ்ந்த நடனமே சிவனின் ஆனந்த தாண்டவம் ஆகும். அந்த நடனமே தில்லை நடராஜ வடிவமாகும்." என்று ஆசான் கூறினார்.

இதை கேட்ட அனைவரும் அமைதி காத்தனர். பின் ஆசான் "இந்த கதையையே நாளை மறுநாள் நாம் நாடகமாக நிகழ்த்த போறோம். நீங்க எல்லாரும் உங்களுக்குள்ளே நல்ல முறையில் ஒத்திகை பாத்துக்குங்க, முடிஞ்ச வரைக்கும் மது சாப்பிடமா இருங்க. இப்போ நேரமாயிடிச்சு எல்லாம் போய் உறங்கிட்டு நாளைக்கு ஒத்திகைய பாருங்க" னு கூறிவிட்டு அவர் எழுந்து நடந்தார். இரண்டு அடிகள் எடுத்து வைத்த பின் அவர் திரும்பி, "வேலா, இங்க வா பா" என்று அழைத்திட, வேலன் எழுந்து ஆசானிடம் சென்றான். அவர் வேலனிடம் "வேலா, இந்த கதையில வர முயலகன் கதாபாத்திரத்த நம்ப சேது பன்னட்டும்னு நினைக்கிறன்அ, நீ என்ன சொல்லற" என்று கேட்டிட. "ஆசான் நீங்க சொல்லறது சரிதான் ஆசான். சேது அண்ணனே பன்னட்டும்" என்று வேலன் உரைத்திட, ஆசான் புன்னகையுடன் வேலன் தோள்களை தட்டிகொடுத்து சென்றார். பின் அங்கிருந்த அத்தனை பேரும் எழுந்து சென்றிட, அங்கு ஒளித்த மின்விளக்கினை ஒருவர் அணைத்தார்.

*****

இரவில மின விளக்குகளை அணைத்து விட்டு மின்விசிறியின் சத்தத்தில் உறங்கும் உறவுகள் வாழும் வீடுகளும் நம் நாட்டிலே உள்ளது. அதே போல் இரவில் மின் விளக்குகளை எரியவிட்டு குளிர்காற்று கொடுக்கும் மின் சாதனமான குளிரூட்டியை இயங்க செய்து, விழிகள் உறங்கமால் பின் இரவு வரை மது விருந்து அளிக்கும் உறவுகள் வாழும் வீடுகளும் நம் நாட்டிலே உள்ளது. அது போன்ற மின்விளக்குகள் பல எரிந்திட அந்த மின்விளக்குகளில் வீசும் வெளிச்சத்தில் கையில் மது கோப்பையுடன் என்.ஆர்.ராமன் நின்றிருந்தார். அவர் மதுவை அருந்தி விட்டு அந்த கோப்பையை ஒரு மேசையில் வைத்து விட்டு, தன் சட்டைப்பையில் இருந்து கைப்பேசியை எடுத்து அழைப்பொன்றை விடுத்தார். அதில் பேசியவுடன், அவர் கைப்பேசியை சட்டைப்பையிலே வைத்து விட்டு அங்கு இருந்த நாற்காலிகளில் ஒன்றை இழுத்து அதில் அமர்ந்தார். அந்த அறையில் சில மின்விளக்குகளும், பெரிய வட்டவடிவிலான மேசையும் அதை சுற்றி நாற்காலிகள் சிலவும், அதோடு அந்த மேசையின் மேல் சில மதுபாட்டில்களும் சில கண்ணாடி கோப்பைகளும் இருந்தன. மீண்டும் என்.ஆர்.ராமன் அந்த மேசையில் தான் வைத்த கண்ணாடி கோப்பையை எடுத்து அதில் சிறிதளவு மதுவினை ஊற்றி குடித்தார். பின் அந்த அறையின் கதவு திறக்கப்பட்டது. என்.ஆர்.ராமன் தன் மதுக்கோப்பையை அப்படியே மேசையில் வைத்துவிட்டு எழுந்தார். அந்த கதவினை திறந்து இரண்டு இளம்பெண்கள் உள்ளே வந்தனர். அதில் ஒரு பெண்ணை என்.ஆர்.ராமன் கட்டி அணைத்துக் கொண்டார். அது அவரின் மகளாகவே இருக்க வேண்டும். என்.ஆர்.ராமன் "எப்படி இருக்க செனிபர்,

படிப்பெல்லாம் எப்படி இருந்தது" னு கேட்டார். செனிபர் "டேடி உங்ககிட்ட செனி னு மட்டும் கூப்பிடுங்கனு எத்தனை தடவ சொல்லி இருக்கன்அ" னு சினுங்கினாள். பின் என்.ஆர்.ராமன் அவளை அணைத்துக்கொள்ள, அவள் "டேடி உங்களுக்கு இன்டுடிஸ் பன்னி வைக்க மறந்துட்டன்அ, இது தான் என்னோட ப்ரண்ட் ரோஸி அமெரிக்கா தான் பா இவளுக்கு சொந்த ஊரு" னு சொன்னாள். ரோஸியின் நிறமும் அவள் கூந்தலும் தான் வெளிநாட்டு பெண் என்பதை கூறின. அந்த பெண்ணை பார்த்து என்.ஆர்.ராமன் "வா, மா" என்று உரைத்திட. அவள் புன்னகை புரிந்திட. என்.ஆர்.ராமன் "தமிழ் தெரியுமா, தெரியாத செனிபர்" னு கேக்க. "எனக்கு நல்லா தமிழ் தெரியும், அதோட சிக்ஸ் லேன்க்வேஜஸ் ஐ க்னவ்" என்றாள் ரோஸி. "அப்பா, அவ இங்க இப்ப என்கூட வந்து இருக்குறதுக்கே அவளோட ரிசர்ஜ்க்குதான், அவ ஒரு ப்ராஜக்ட் பன்னற, நானும் அவ கூட தான் இருக்கன்அ. அந்த ப்ராஜக்ட் விஷியமா தான் தமிழ்நாட்டுக்கு அவ வந்து இருக்குறா." னு செனிபர் கூறிட, "என்ன ப்ராஜக்ட் என்ன ரிசர்ஜ்னு சொன்னா என்னால முடிஞ்ச ஹேல்ப நா பன்னுவன்" னு என்.ஆர்.ராமன் கூற. செனிபர், "அத பத்தி ரோஸியே உங்ககிட்ட சொல்லுவா" பா னு கூறினாள்.

"அந்த ப்ராஜக்ட் வந்து அங்குள். தில்லை என்றழைக்கபட்டு ரீசன்டா சிதம்பரம் என்றழைக்கப்படும் நடராஜர் கோயிலில் உள்ள சிலையைய பற்றியது" என்று ரோஸி கூறிட. என்.ஆர்.ராமன் அமெரிக்காவை சேர்ந்த பெண் தில்லை என்னும் பெயரை அறிந்ததோடு இவளுவ தெளிவாக தமிழ் பேசுவதை கண்டு வியந்து போனார். என்.ஆர்.ராமன் "அந்த சிலைய பத்தி

எனமா ரிசர்ஜ பன்ன போற" னு கேடக. "அங்குள்
வோர்ல்ட் சைன்டிஸ்ட் எல்லாம் அந்த சிலையின்
ஸ்ட்ரக்சர பாத்து சாக் ஆகுறாங்க. பர்ட்டிக்குள்ளரா
சொல்லனும் னா வோர்ல்ட் பிக்கஸ்ட் நியூக்ளியர்
ரிசர்ச் சென்டர் CERN ல நடராஜர் சிலைய வைச்சி
இருக்காங்க. அந்த சிலைய ஜீன் 18, 2004 ல இந்தியன்
பிரசிடன்ட் அன்ட் ஒன் ஆஃப் த இந்திய கிரேட்
சைன்டிஸ்ட் டாக்டர் ஏ.பி.ஜே அப்துல்கலாம்
கொடுத்து இருக்காரு. அத பத்தி சோஷியல்
மீடியாவில் எத்தனையோ வீடியோஸ் இருந்தாலும்,
CERN தன்னோட அப்பிஷியல் அக்கவன்ட்ல
இதைதான் வெளியிட்டது. இந்தியா - ஜரோப்பியா
நட்பு பல ஆண்டுகள் நீடித்திருப்பாதாலும்
அணுஆராய்ச்சியில் துணையாக இருப்பதாலும்
இந்தியாவால் பரிசாக அளிக்கப்பட்டதே நடராஜர்
சிலை அதோடு அந்த சிலையின் அமைப்பு 'காஸ்மிக்
டான்ஸ்' ஸ்ட்ரக்சர் ல இருக்குதுன்னு CERN
குறிப்பிட்டுள்ளது. இன்றைய அறிவியல் வளர்ச்சியில்
பல ஆய்வுகளுக்கு பின் கண்டுபிடிக்கப்பட்ட
காஸ்மிக் டான்ஸ் ஸ்ட்ரக்சர பல ஆயிரம்
ஆண்டுகளுக்கு முன் எப்படி தெரிஞ்சிகிட்டு
சிலையா வடிமைச்சாங்க தமிழர்கள் என்ற ஒரு
மிகப்பெரிய கேள்வி எல்லாருக்கும் எழுது" அங்குள்
என்றாள் ரோஸி. என்.ஆர்.ராமன் சற்று வியப்புடன்
இருக்க. "அங்குள் அதுமட்டும் இல்ல அந்த நடராஜர்
சிலையில ஒட்டுமொத்த பிஸிக்ஸயும் சொல்ல
முயற்சி செஞ்சி இருக்காங்க, அதாவது.

Energy = Heat + Light + Sound

இந்த இக்குவேஷன அந்த சிலையில பாக்கலாம்.
அதோட 'த யுனிவர்ஸ் அன்ட் த யுனிவர்ஸ் ஆர் சேம்'
திஸ் சேட்மெண்ட தமிழில என்று சிந்தித்து ரோஸி

'அணடமும பிணடமும ஒன்றே' என்ற கோட்பாட்டையும் அந்த சிலை உணர்த்தும் விதத்தில் வடிவமைக்கப்பட்டுள்ளது." என்று ரோஸ் கூறினாள். என்.ஆர்.ராமன் சற்று வியப்புடன் "இவ்வளவு விஷியம் இருக்கா அந்த சிலையில அதான் அந்த சிலைய வெளிநாட்டுக்கு கடத்தறாங்கல" னு மனதிற்குள் நினைத்துக்கொண்டார். "இந்த ஆராய்ச்சி ல உனக்கு நான் என்ன பன்னனும்" என்று அவர் கேட்டார். அதற்கு அவள் "நானும் சென்னிபரும் அந்த சிலைய நேர்ல பார்கனும்" னு ரோஸி கூறிட, "இவ்வளவுதான நாளைக்கு இவினிங் நடக்குற ஸ்டுடன்ட்ஸ்க்கான நாட்டியாஞ்சலி நிகழ்ச்சி ல என்னைய இன்வேட் பன்னி இருக்காங்கா, என்கூட நீங்களும் வாங்க" னு என்.ஆர்.ராமன் கூறினார். "ஓகே டேடி" னு சென்னிபர் கூறியவுடன். "சென்னிபர், உன் ப்ரண்ட கூட்டிட்டு உன்னோட ரூமுக்கு போய் ரெஸ்ட் எடு மா" னு என்.ஆர்.ராமன் கூறினார். பின் சென்னிபரும், ரோஸியும் அந்த அறையில் இருந்து புறப்பட்டனர். அவர்கள் அந்த அறையின் கதவை திறந்து வெளியே சென்று அறையின் கதவை மூடினர்.

*****

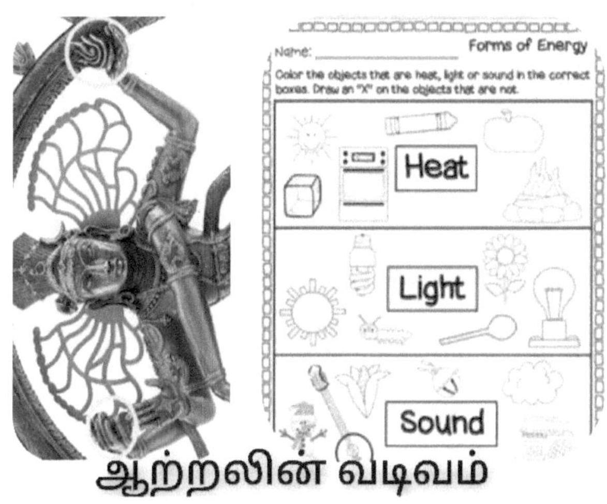

ஆற்றலின் வடிவம்

இந்த படத்தில் உள்ள நடராஜர் சிலையின் வலதுபுற கரத்தில் உள்ள உடுக்கை ஒலியையும், இடதுபுற கரத்தில் உள்ள தீ ஒளியையும் உணர்த்துகிறது. அதோடு நெற்றியில் உள்ள சூரியன் வெப்பத்தை குறிக்கிறது.

CERNல் நடராஜர் சிலை

இந்த படத்தில் உள்ளது CERN நுழைவு வாயிலில் உள்ள நடராஜர் சிலையாகும். அதோடு அந்த சிலையை சுற்றிலும் மின்விளக்குகள் பொருத்தி இரவில் அந்த சிலையின் நிழல் அந்த கட்டிடங்களில் விழும் படி அந்நிறுவனம் செய்துள்ளது.

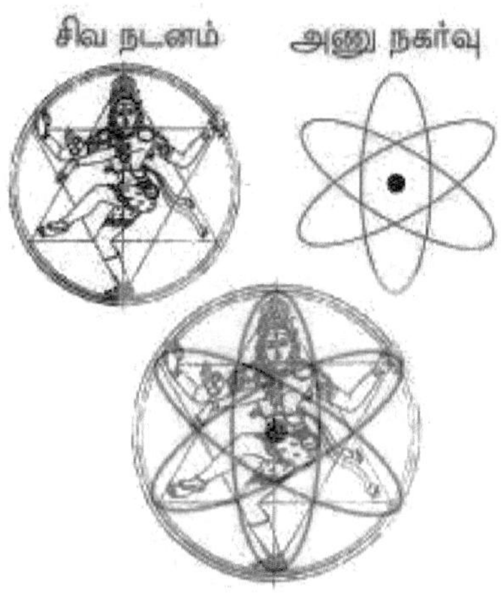

"காஸ்மிக் டான்ஸ்" என்றழைக்கப்படும் அணுக்களின் நகர்வும், நடராஜர் சிலையின் வடிவமும் ஒன்றாய் உள்ளதை இந்த படத்தில் காணலாம்.

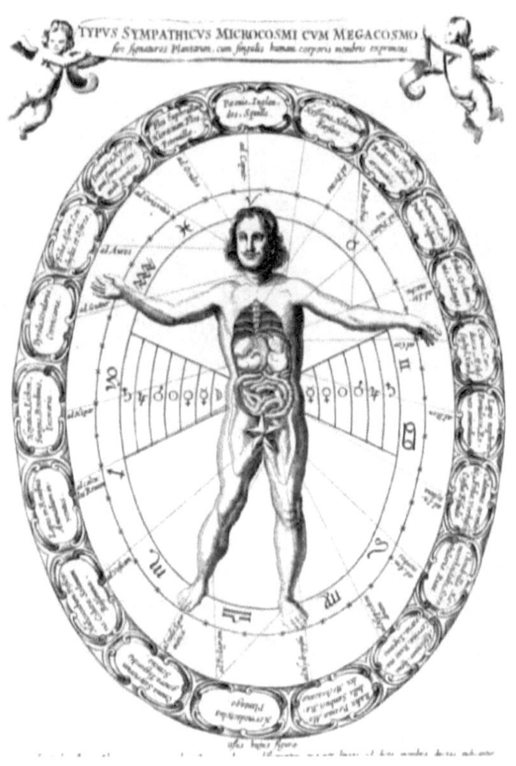

இந்த படத்தில் உள்ள புகைப்படம் "அண்டமும் பிண்டமும் ஒன்றே" என்பதை குறிக்கும் விதமாக உள்ளது. இந்த புகைப்படத்தை உருவாக்கி இதை ஒப்புக் கொண்டவர்கள் கிரேக்கர்கள் ஆவர். இந்த படத்தை போலவே நடராஜர் சிலையும் உள்ளது.

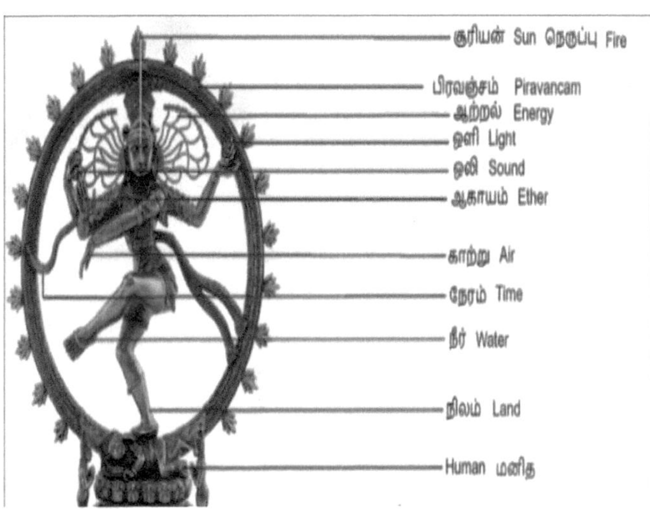

இந்த புகைப்படத்தில் உள்ளது நடராஜர் சிலையை எதையெல்லாம் வெளிப்படுத்துகிறது என்பதை உணர்த்தும்.

மேலே சிலையை சுற்றியுள்ள வட்ட வடிவம் பிரபஞ்சமாகும். கீழே சிலையின் காலடியில் உள்ள உயிரே மனிதன். மேலே உள்ள பிரபஞ்ச மாயையில் சிவனுக்கு கீழே நாம் என்பதை உணர்த்துகிறது. அதோடு கீழே சிலையில் உள்ள ஒரு கால் நிலத்தையும், மற்றொரு கால் சற்று மேலே தூக்கியாவறு மடையில் செல்லும் நீரை பயிர்க்கு இரைப்பது போல் உள்ளது இது நீரையும், சற்று சிலையின் மேலே பார்த்தால் ஒரே கை கீழ் நோக்கி இருக்கும் இது காற்றை குறிக்கும். அதற்கு மேலே உள்ள கை மேல் நோக்கி இருக்கும் இது ஆகாயத்தை குறிக்கும். சிலையின் நான்கு கரங்களில் இரண்டு காற்றையையும், ஆகாயத்தையும் குறிக்க,

மீதமுள்ள இரண்டு கைகள் ஒலியையும், ஒளியையும் குறிக்கும். இந்த சிலையை சுற்றி உள்ள பாம்பானது காலத்தை குறிக்கும். அதோடு பஞ்சபூதங்களில் நெருப்பானது சிலையின் முக அமைப்பில் நெற்றியில் உள்ளது. சிலையின் பின்னே விரிந்து உள்ள தணல் போன்று காட்சியளிப்பதே ஆற்றல் ஆகும். இவ்வாறு பிரபஞ்சத்தின் சகலத்தையும் பத்தாம் நூற்றாண்டிலே ஒரு சிலையின் வடிவமைப்பில் தமிழர்கள் வெளிப்படுத்தியுள்ளார்கள்.

*****

அதிகாலையில் பறவைகள் யாவும் வானில் பறந்து இரைதேட புறப்பட்டு விடுகின்றன. ஆனால் சில மனித உயிர்கள் படுத்த பாயிலே அறை தூக்கத்தில் எதிர்காலத்தை நினைத்து வருந்தியும், எதிர்காலத்தை இன்பமாய் அமைய திட்டமிட்டும் படுக்கையிலிருந்து எழாமல் இருப்பர். அப்படிதான் ஜெயாவும் பாதி உறக்கத்தில் படுக்கையில் இருந்து எழுந்தாள். அவள் எழுந்து மெத்தையில் அமர்ந்தபடியே மதியை பார்த்தாள். மதி மேசையின் முன் மடிக்கணினியை வைத்துக்கொண்டு நாற்காலியில் அமர்ந்தவாறு எதையோ படித்துக்கொண்டிருந்தாள். அதை பார்த்த ஜெயா, "என்னடி பன்னற, எப்பதான் எழுந்த நீ" னு கேட்க. "அது ஒன்னும் இல்ல ஜெ, நைட் சொன்னல நடராஜர் கோவில பத்தி ஏதோ படிச்சு இருக்கேன்னு, அது என்னனு வேப் சைட்ல பார்க்குறன்அ" னு மதி சொன்னாள். "அப்படி என்னதான் போட்டு இருக்கு வேப் சைட்ல" னு ஜெயா கேட்டாள். மதி சற்று நாற்காலியில் இருந்து திரும்பி ஜெயாவை பார்த்தாவாறு அமர்ந்து " நீயா தான் கேட்ட, சோ நான் சொல்லறத முழுசா கேட்கனும்னு" பேசிட தொடங்கினாள். "அதாவது ஜெ, அந்த கோவில் மனிதனை உருவகமா கொண்டு கட்டப்பட்டுஇருக்கிறது. எப்படினா முதலில் மனித உடலானது 'பஞ்ச கோசங்கள்" கொண்ட அமைப்பு. இதற்கு ஈடாக அந்த கோவில்ல ஐந்து திருச்சுற்றுகள் என்னும் பிராகரங்கள் உள்ளது. அதே போல் அந்த கோவில் கருவறை மையப்புள்ளியில் இல்லாமல் சற்று இடதுபுறாமக நகர்ந்தே உள்ளது. அந்த கோவிலில் இடதுபுறம் உள்ள கருவறையின் மூலச்சிலை மனித உடலில் இடதுபுறமாக உள்ள இதயத்தை குறிக்கிறது. அதோடு அந்த

கருவறையின் மேல உள்ள தங்க கூரையில 21600 ஓடுகள் பொருத்தப்பட்டுள்ளது. இது ஒரு மனிதன் ஒரு நாளைக்கு சுவாசிக்கும் எண்ணிக்கையாகும். அந்த தங்க கூரையில் ஓடுகளை பிடித்திருக்க 72000 ஆணிகள் அறையப்பட்டுள்ளது. இது மனிதருக்குள் உள்ள ஒட்டுமொத்த நாடிகளின் எண்ணிக்கையாகும். அதோடு இந்த கோவிலில் கனகச்சபை உள்ளது. அந்த சபையில் 28 தூண்கள் உள்ளன. அவை 28 ஆகமங்களையும், சிவனை வழிபடும் முறைகளையும் குறிக்கிறது. இந்த 28 தூண்களில் உள்ள 64 பலகைகள் ஆயகலைகள் அறுபத்து நான்கு என்பதை எடுத்துரைக்கிறது. அதோடு இந்த சபையை அடைய ஐந்து படிகள் ஏற வேண்டும். இவை 'பஞ்சாட்சர படி' என்றும் அந்த படிகள் 'சி, வா , ய, ந, ம' என்ற ஐந்து எழுத்தைக் குறிக்குமாம்" என்றாள் மதி. "அதுமட்டும் இல்ல ஜெ, இந்த கோவில் சைன்ஸ் ரீதியாவும் பல விஷியம் இருக்குது, அது பத்தி இப்ப படிக்குறன்அ" என்று மதி கூற "எம்மா தாயே ஆள விடு, தெரியாம உன்கிட்ட கேட்டுடன்அ என்னைய விட்டுறு, நா பாத்ரும் போய்ட் வரன்அ" னு ஜெயா புறப்பட்டாள். பின் மதி எழுந்து வெளியில் சென்றாள் மடிக்கணினியின் திரையை அணைக்காமல் சென்றிருந்தாள். சென்ற வேகத்தில் உள்ளே வந்து மடிக்கணினி முன் அமர்ந்தாள்.

அதிகாலையில் என்றுமே காய்கறி சந்தைபோல் காட்சியளிக்கும் விடுதி அன்று யாருமில்லா கடற்கரையை போல் காட்சியளித்தது. இன்று விடுதி ஒரு விடுமுறை நாள் போலவே காட்சியளித்தது. பரப்பரப்பாய் படிகளில் ஓடி கொண்டு இருக்கும் மாணவிகளில் ஒரு சிலர் மட்டுமே இறங்கினர். அந்த விடுதியில் முக்கால்வாசி பேர் அன்று நிகழபோகும்

நாட்டியாஞ்சலி நிகழ்ச்சியை காணவே விடுப்பு எடுத்திருந்தார்கள். இதனை அறிந்த மேரி மேடம் தகவல் பலகையில் ஒரு காகிதத்தை ஒட்டியிருந்தார்கள். அதில், அனைவரும் பத்திரமாய் நாட்டியாஞ்சலி பார்த்துவிட்டு திரும்ப வேண்டும் என்றும் இரவு எட்டரை மணிக்குள் அனைவரும் வந்துவிட வேண்டும். வருகை பதிவேட்டில் பெயர் அழைக்கும் போது இல்லையெனில் பைன் கட்டவேண்டும் என்றும் அதில் இருந்தது.

அறையின் உள்ளே குளித்து முடித்து விட்டு ஜெயா நுழைந்து தன் படுக்கையில் படுத்தாள். படுத்தவள் சில நிமிடங்கள் அப்படியே படுத்திருந்தாள். ஜெயாவின் கைப்பேசி ஒலித்திட, "மதி யாருன்னு பாரு" என்று கூறினாள். நாற்காலியில் இருந்து எழுந்து மேசையில் இருந்த ஜெயா கைப்பேசியை பார்த்து, "சுப்பு தான் கூப்பிடுறா ஜெ" னுஅதை எடுத்து ஜெயாவிடம் தூக்கி எறிந்தால். அதை பிடித்த ஜெயா படுக்கையில் இருந்து எழுந்து அமர்ந்தவாறு பேசினாள். "சொல்லு டி, ம். இருக்கே. உன் சைஸ் எம் தான. ஓகே நா எடுத்துட்டு வரன்அ" னு அழைப்பை துண்டித்தாள். ஜெயா எழுந்து நின்னுக்கொண்டு "மதி உன் நாப்கின் சைஸ் எம் தான, எங்க இருக்குன்னு" கேட்டாள். "ஆமா. அந்த செல்ஃப் ல இருக்கும் பாரு ஜெ" னு மதி கூறிட. "மதி, சுப்புவுக்கு வேனுமா எடுத்துட்டு பேறன்அ" னு சொன்னாள். "ம்ம். ஜெ அப்படியேவா எடுத்துட்டு போற" னு மதி நாற்காலியில் இருந்து திரும்பி கேட்டாள். "ஏன், நான் இன்ன ட்ரக்ஸ்ஸ எடுத்துட்டு போறேன் மறைச்சி எடுத்துட்டு போறதுக்கு, நாப்கின் தான" என்று ஜெயா பேசிட, "ஏய் தெரியாம சொல்லிட்டன்அ நீ போமா" னு கூற, ஜெயா கதவினை திறக்க, "ஜெ, நா சாப்பிட வரல, நீ சுப்புகூட போய் சாப்புட்டுட்டு வா"

னு மதி உரைக்க, ஜெயா கதவினை திறந்து பாதி உடலை நீட்டி , "ஏன் மதி, டையர்ட்டா" னு கேட்க. "அதெல்லாம் இல்ல பசிக்கல நீ போய் சுப்போட சாப்புடு" என்றாள் மதி. உடனே ஜெயா கதவினை மூடிக்கொண்டு சென்றாள். மதியும் ஒரு சிறு சிரிப்புடன் மடிக்கணினி பக்கம் திரும்பினாள். அதில் சிலவற்றை படிக்கும் போது அருகில் இருந்த வெள்ளைக் காகிதத்தில் தன் கையில் உள்ள பேனாவால் எழுத்துக்களை நிரப்பினாள்.

*****

எழுத்துகளால் நிரம்பி இருந்த ஒரு கல்பதிவை ரோஸியும், செனிபரும் பார்வையிட்டு படித்தனர். இருவரும் நடராஜ கோவிலின் நுழைவு வாயில் நின்றிருந்தனர். அவர்கள் இருந்த வடக்கு ராஜகோபுர நுழைவு வாசலில் உள்ள கல்பதிவை அவர்கள் படித்து முடித்தபின் கோவிலின் உள்ளே சென்றனர். செல்லும் வழியில் துர்கை அம்மன், பாண்டியநாயகம் ஸ்ரீ சுப்பிரமணிய சுவாமி ஆலயம், யமன் மற்றும் சித்திர குப்தன் சிலைகள், அதோடு கோவிலில் பல விநாயகர் சிலைகளும், நவலிங்கமும் இடம்பெற்றிருந்ததை பார்த்தனர். அதோடு கோவில் உள்ள குளத்தையும் கண்டு மண்டபத்தை காண சென்றனர். அது பூட்டப்பட்டு இருந்தது. பின் ரோஸி நான்கு திசைகளிலும் உள்ள ராஜகோபுரங்களை பார்த்தாள். அவையாவும் ஒரே அளவில் இருந்தை இரண்டு கற்பதிவுகளில் கண்டாள். அதோடு எந்த திசை சென்றாலும் கருவறைக்கு செல்ல முடிந்தது. இருவரும் கருவறையில் உள்ள நடராஜரை காண சென்றனர். அவர்கள் செல்லும் நேரத்தில் சுவாமிக்கு தீபாராதனை காட்ட இருந்ததால் இருவரும் சரியான வேளையில் உள்ளே சென்று நின்றனர். அவர்கள் நிற்கும் நேர் திசையில் நடராஜர் சிலையும், இடது புறம் திரும்பி பார்த்தாள் பெருமாள் படுத்திருப்பது போலும் இருந்தது. அங்கிருந்த கூட்டத்தில் ரோஸியும் செனிபரும் சற்று நசுக்கப்பட்டனர். சிவ வாத்தியம் முழங்க, சிலர் தங்கள் கைகளில் வைத்திருந்த சங்கினை ஊதிட, கிழக்கு திசையில் உள்ள இரண்டு மணிகளை இருவர் அசைத்திட பூணூல் அணிந்த சிலர் கருவறையில் இருந்து இறங்கி சற்று வலது புறம் நகர்ந்து அங்கு மூடப்பட்டு இருந்த கதவினை திறந்து அவர்கள் உள்ளே சென்றனர். பின் அங்கிருந்த திரையை விலக்கி கற்பூரம் எரியும்

ஒளியில உருவம் எதுவும் இல்லாமல் ஒரு தங்க மாலை போன்ற காட்சியை அனைவரும் கண்டு கையெடுத்து கும்பிட்டார்கள். ரோஸியும், செனிபரும் அதை பார்த்து கைப்பேசியில் புகைப்படம் எடுக்க முயன்றபோது அங்கிருந்த ஒருவர் "போட்டோ வீடியோ லாம் எடுக்க கூடாது. போட பக்கலயா" னு உரைத்திட கைப்பேசியை பாக்கெட்டில் வைத்தாள் ரோஸி. பின் கூட்டம் சுற்றிக்கொண்டு அதே கருவறை நடராஜர் சிலை முன் வந்தது. அங்கும் தற்போது ஒரு திரை மூடப்பட்டு இருந்தது. அந்த திரையும் சில நொடிகளில் விலக்கிவிடப்பட்டு கற்பூர ஒளியில் நடராஜர் சிலையை கண்டனர். ரோஸி தனக்குள்ளே எண்ணிக்கொண்டாள். நாம் புகைப்படங்களில் பார்த்த சிலையை போல் இது இல்லை என நினைத்தாள். பின் அவளே அந்த சிலையில் அலங்கரிக்கப்பட்டுள்ள ஆபரணங்களாளே சிலையின் மொத்த உருவமும் மறைக்கப்பட்டுள்ளது என்பதை உணர்ந்து கொண்டாள். பின் அங்கிருந்த ஐயர் ஒருவர் விபூதியை வழங்கிட அனைவரும் சென்று அதை வாங்கிட வரிசையில் நின்றனர். ரோஸியும், செனிபரும் அங்கிருந்த கிழக்கு கோபுர வாசலை நோக்கி சென்றனர். அங்கிருந்த மண்டபத்தில் மேலே கண்ணாடிகளால் ஆன புகைப்படங்கள் பல மாட்டப்பட்டிருப்பதை கண்டனர். அவையாவும் சிவனின் 108 தாண்டவங்களை குறிக்கும் விதமாக இருப்பதை கண்டு வெளியில் வந்தனர். பின் இருவரும் அந்த கோவிலை நன்றாக தங்கள் விழிகளால் பார்த்துவிட்டு ஓர் இடத்தில் வந்து அமர்ந்தனர். அப்போது ரோஸி, "பீளிங் ய குட் பீளிங்" என்றாள். செனிபரும் "ரீயலி" என கேட்க. "எஸ்" என ரோஸி கூறினாள். பின் செனிபர் "டுடே லன்ச் சவ்த்

　　　　　தில்லையில் சிலை திருட்டு

இந்தியன் புடஸ், ஓகே" என கேட்டிட, ரோஸ் முக மலர்ச்சியுடன் "ஓகே" என்றாள். பின் இருவரும் கோவிலின் வெளியில் சென்றனர். சென்பர் தன் கைகளில் இருந்த கைக்கடிகாரத்தில் மணியை பார்த்தாள்.

*****

உயிரற்ற பொருட்களும், உயிருள்ள மனிதர்களில் சிலருமே ஒரே அறையில் நீண்ட நேரம் நீண்ட நாட்கள் என அமர்ந்திருப்பார்கள். ஆனால் ஒருபோதும் காலமானது நிற்பதே இல்லை. அப்படியான காலத்தின் நேரம் இரண்டை தொட்டது. அறையின் கதவை திறந்து கொண்டு ஜெயா நுழைந்தாள். மதியினை பார்த்து விட்டு, "ஏய் மதி, இன்னும் நீ உக்காந்தா எடுத்துல இருந்து எழுந்திருக்கலையா" னு ஜெயா கேட்டாள். "நிறைய படிக்க படிக்க வந்துகிட்டே இருக்கு ஜெ" னு கூறினாள். "நேத்து என்னமோ நாட்டியாஞ்சலிக்கு போயே ஆகனும்னு சொன்ன" னு கூற, மதி "அய்யோ மணி என்ன ஆச்சு" னு கூறியவாறு கடிகாரத்தை பார்த்தாள். பின் "டூ வோ க்ளக் ஆயிடிச்சா" னு சொல்லிவிட்டு தன் நோட்புக்கை எடுத்து வைத்து விட்டு மடிக்கணினியின் திரையை அணைத்தாள். "மதி, பறக்காத பர்ஸ்ட் போய் சாப்பிட்டுட்டு கிளம்பலாம்" னு கூறி மதியின் கைப்பிடுத்து உணவருந்த இழுத்து சென்றாள் ஜெயா.

இருவரும் உணவு அருந்திவிட்டு, மேல வந்து நாட்டியாஞ்சலி பார்க்க தயார் ஆகினர். மதி ஒரு நீல நிற சுடிதர் அணிந்திருந்தாள். ஜெயாவோ கருப்புநிற புல்ஹான்ட் டீ-சேர்டும், சாதாரண ஜீன்ஸ் பேண்ட்டும் அணிந்திருந்தாள். அறையின் கதவை மூடிவிட்டு சற்று அவசரமாக இருவரும் படிகளில் இறங்கி நாட்டியாஞ்சலி நிகழும் சிதம்பரம் நடராஜர் கோவிலுக்கு பேருந்தில் சென்றனர்.

தெற்கு புற கோவில் வாசலில் நின்று மதி அந்த கோபுரத்தில் இருந்து நுழைவு வாயிலை எண்ணினாள். அவள் படித்தது போலவே அதில் ஒன்பது வாசல்கள் இருந்தன. பின் மதியும்,

ஜெயாவும் கோவிலின் கருவறையில இருந்த நடராஜர் சிலையை பார்த்து, மதி இருக்கைகளையும் இணைத்து இறைவனை வணங்கினாள். உடன் நின்றிருந்த ஜெயா அந்த சிலையை பார்த்துக்கொண்டிருந்தாள். பின் இருவரும் அந்த கோவிலின் கருவறையை சுற்றிவிட்டு, கிழக்கு கோபுர வாசலின் அருகில் உள்ள வெற்று இடத்தில் அரங்கம் அமைத்திருப்பதை அறிந்து இருவரும் அங்கு போக, வரிசையாக அடுக்கபட்டிருந்த நாற்காலிகளில் இருவரும் அமர்ந்தனர். அந்த மேடையில் இவர்கள் வருவதற்கு முன்பே நிகழ்ச்சி தொடங்கப்பட்டு விட்டது போல தெரிந்தது. மேடையில் இருந்த நீண்ட கருமை பூசிய புருவமும், வசீகரிக்கும் கருவிழி கண்களும் உடைய ஒரு நாட்டிய ஆசிரியை நின்று கொண்டு பேசினார். "நடனங்களின் அரசன் நடராஜன். அப்படி பட்ட நடராஜர் கோவிலில் இந்த நாட்டியாஞ்சலி நிகழ்வது மிகவும் மகிழ்ச்சியளிக்கிறது. அதோடு இந்த மேடையில் முதல் நடனத்தை நிகழ்த்த போவது முதலாம் ஆண்டு செவிலிய மாணவி கலை" என்று கூறிவிட்டு, மேடையில் இருந்து அந்த ஆசிரியை இறங்கினாள்.

மேடையில் சிறு மேசையின் மேல் நடராஜர் சிலை ஒன்று வைக்கப்பட்டு இருந்தது. அந்த சிலையை சுற்றிலும் பூக்கள் இருந்தது. அந்த சிலைக்கு முன் பரத நாட்டியத்திற்கே உரிய வடிவில் ஆடையை உடுத்தியும், கழுத்தினில் மணிகள் போட்டுக்கொண்டும், கால்களில் சலங்கை கட்டிக்கொண்டும், முகத்திற்கு தேவையான அழகு ஒப்பனை செய்தும் உண்மையில் சிலை போல் வந்து நின்றாள் கலை. கலையின் கை மற்றும் கால்கள் நடனமாடிட, அவள் விழிகள் உணர்ச்சிகளை

வெளிப்படுத்துவது போல் சுழன்றது. ஒருசில நொடிகளில் அவளும் முழுவதுமாய் சுழன்றாள். அங்கு ஒலிக்கும் இசைக்கேற்றவாறு, கலையும் தன் உடல் பாவனைகளால் நடனத்தை வெளிப்படுத்தினாள். சில நிமிடங்கள் தொடர்ந்த அவளது நடனம் முடிந்தவுடன் அமர்ந்திருந்தவர்களின் கைத்தட்டல்களிலே மதி சுயநினைவை அடைந்தாள். அந்த கூட்டத்தில் கைத்தட்டாமல் அமைதியாய் இருந்தது ஜெயா மட்டும் தான் என மதி நினைத்தாள். ஏனோ ஜெயா மட்டும் கைத்தட்டவில்லை கலையின் நடனத்தையும் ஜெயா ரசிக்கவில்லை. அனைவரின் கைத்தட்டல்களும் அடங்கிய பின் கலை பின்புறம் சென்றிட, அந்த மேடையில் ஆசிரியை ஏறினாள். பின் அவர்கள் கூறியது "நடராஜர் சிலையில் சிவன் ஆண் வடிவமாக இருந்தாலும், தன் ஒரு பாதி உமையாள் என்பதை கூறும் விதமாக காது ஒன்றில் தோடு அணிந்திருக்கார். ஆக நடராஜர் அர்த்தநாரீஸ்வரர் உருவத்திலும் உள்ளார்" என்று கூறியவுடன் மேடையின் கீழ் இருந்து வந்தவர் ஒருவர் ஏதோ ஒன்றை ஆசிரியையிடம் கூறிட, பின் ஆசிரியை மேடையில் "மரியாதைக்குரிய சிதம்பரம் தொகுதி எம்.எல்.ஏ மற்றும் எம்.பி அவர்களுக்கு அவசர பணிக்காரணமாக நம்மிடமிருந்து விடைபெறுவதால் அவர்களை வாழ்த்தும் விதமாக, சிலை கடத்தல் பிரிவு சிறப்பு அதிகாரியான திரு. என்.ஆர்.ராமன் அவர்கள் எம்.பி மற்றும் எம்.எல்.ஏ விற்கு சால்வை அணிவித்து மரியாதை செலுத்தும் படி கேட்டுக்கொள்கிறோம்" என்று ஆசிரியை உரைத்ததார். பின் முதல் வரிசையில் அமர்ந்திருந்த எம்.பி மற்றும் எம்.எல்.ஏ விற்கு என்.ஆர்.ராமன் சால்வை அணிவித்து மரியாதை செய்தார்.

அப்போதே இந்த விழாவிற்கு என்.ஆர்.ராமன் வந்திருப்பதை மதியும், ஜெயாவும் பார்த்தார்கள். என்.ஆர்.ராமனோடு அவரது மகள் செனிபரும், அவளின் தோழி ரோஸியும் அங்கு அமர்ந்திருந்தார்கள். பின் எம்.பி அவர்கள் என்.ஆர்.ராமனிடம் ஏதோ பேசினார். அவர் மரியாதை நிமித்தமாக பேசியது போல் தெரிந்தது. பின் எம்.பி மற்றும் எம்.எல்.ஏ சென்றிட அவர்களின் பின் சில வெள்ளை வேஷ்டி சட்டை அணிந்தவர்களும் சென்றனர். பின் மீண்டும் மேடையில் வேறொரு மாணவி வந்து தனது நடனத்தை வெளிப்படுத்தினாள். அங்கு அமர்ந்திருந்த ஜெயா நாற்காலியில் இருந்து எழுந்தாள். "என்ன ஜெ எங்க போற" னு மதி கேட்க, "பாத்ரூம் போய்ட்டு வந்துறன்அ மதி, இந்தா மொபைல் வைச்சிக்கோ" என்று மதியிடம் ஜெயா கூறிவிட்டு தன் கைப்பசியையும் மதியிடம் ஒப்படைத்து விட்டு சென்றாள். ஜெயா சென்ற பின் மேடையின் பின்புறமிருந்து கலை ஒரு போர்வை போர்த்திய படி தம் கல்லூரி தோழிகளை நோக்கி வந்தாள். அங்கு அமர்ந்திருந்த அனைவரிடமும் பேசிக் கொண்டிருக்க, பின் இருக்கையில் மதி இருப்பதை பார்த்த கலை, தன் தோழிகளிடம் ஏதோ சொல்லிவிட்டு மதி அமர்ந்திருந்த இடத்தை நோக்கி வந்தாள். மதியிடம் வந்தவுடன், மதி கலையை கட்டியணைத்தாள். "ஏய், கலை உண்மையிலே நீ செமையா ஆடுற, எப்படி டி இதலாம்" னு மதி கேட்டாள். அதற்கு கலை புன்னகை புரிந்தாள். மதி கையில் வைத்திருந்த ஜெயாவின் கைப்பேசியில் அழைப்பு வந்திட, மதி அது யாரென பார்த்தாள். அழைப்பில் சுப்பு, மதியே அந்த அழைப்பை எடுத்து பேசினாள். கலை மதியிடம் சைகையால் தன்

தோழிகளிடம் செல்வதாக கூறினாள். மதியும் போ கலை என்பதை சைகையாலே பதில் சொல்லி கொண்டே அழைப்பிலும் பேசினாள். அவள் பேசினது, "சொல்லு சுப்பு, நான் மதி பேசறன்அ, ஓ இப்ப எப்படி இருக்குது, சரி நா ஜெயா வந்தவுடனே வரன்அ" என்றவாறு கைப்பேசியில் மதி பேசிட, ஜெயா கழிவறையிலிருந்து மதி இருக்கும் இடத்திற்கு வந்தாள். "என்ன மதி இங்க நிக்குற" என்று ஜெயா கேட்டவுடன், "சுப்புவுக்கு உடம்பு ரொம்ப முடியலையான்அ வரும் போது டேபிளட் வாங்கிட்டு வர சொல்லுற" என்று மதி கூறிட, "மதி அப்ப போவோமா" னு ஜெயா கேட்டாள். "போலாம் ஜெ" னு பதில் கூறி இருவரும் அரங்கில் இருந்து வெளியேற நடந்தனர். மதி தன் இருவிழிகளால் கலை இருக்கும் இடத்தை தேடினாள். ஆனால் கலை அங்கு எங்குமே இல்லை. சாலைக்கு வந்தவுடன் ஒரு பேருந்து வந்து நின்றிட அதில் இருவரும் ஏறினர்.

இது கோவிலின் கருவறையின் மேல் உள்ள தங்கக்கூரை.

இந்த பதிவுகளில் கோவிலின் கோபுரங்கள் யாரல் அமைக்கப்பட்டுள்ளது என்பதும் கோபுரத்தின் அளவுகளும் குறிப்பிடப்பட்டுள்ளது. அதோடு இந்த நுழைவு வாயில் யார் சென்று நடராஜரை வழிபட்டனர் என்றும் கூறப்பட்டுள்ளது.

நான்கு திசைகளிலும் உள்ள ராஜகோபுரங்கள்

இந்த நான்கு ராஜகோபுரங்களும் கோவிலின் நான்கு திசைகளில் உள்ளது. அதோடு எந்த திசையில் இருந்து உள்ளே நுழைந்தாலும். கருவறையில் உள்ள நடராஜர் சிலையை காண இயலும். இந்த ஒவ்வொரு கோபுரத்திலும் பல சிற்பங்கள் செதுக்கப்பட்டுள்ளன என்பது குறிப்பிடத்தக்கது.

*****

பேருந்தில் இருந்து மதியும், ஜெயாவும் இறங்கி மருந்து கடையில் மாத்திரை ஒன்றை வாங்கிக்கொண்டு விடுதிக்கு சென்றனர். இருள் சூழ்ந்து இருந்திட கைப்பேசியில் வீசும் ஒளி வெளிச்சத்தில் இருவரும் நடந்தனர். மேலும் விடுதிக்குள் நுழைந்தவுடன் விடுதி காப்பாளர் மேரியை சந்தித்து விட்டு மேலே மெத்தைப்படிகளில் ஏறினர். முதல் தளத்தை அடைந்தவுடன் ஜெயா, "மதி நீ ரூமுக்கு போய் படு, நா அவள பாத்துட்டு வந்துடுறன்அ" னு கூறிட, "நானும் வரனே" என்று மதி கேட்க, "மதி நீ ஏற்கனவே டையர்டா இருக்க, போய் ரெஸ்ட் எடு நா டேபிளட் கொடுத்திட்டு வந்துடுறன்அ" னு ஜெயா கூறினாள். பின் மதி தன் அறைக்கு மேல சென்றாள். அறையின் கதவை திறந்து ஆடைகளை மாற்றிக் கொண்டு தனக்கான மெத்தையில் படுத்தாள். அதிகாலையில் கண்விழித்து மடிக்கணினி முன் மணிக்காணக்காய் அமர்ந்திருந்ததாலும் பேருந்தில் பயணம் மேற்கொண்டதாலும் மதியின் உடல் மிகவும் சோர்வுற்று இருந்ததால் படுத்தவுடன் நித்திரை தேவி மதியினை ஆட்கொண்டாள். சில நிமிடங்களுக்கு பின் அறையினுள் நுழைந்த ஜெயா மதி உறங்குவதை பார்த்து விட்டு மின்விளக்கினை அணைத்துவிட்டு கைப்பேசியின் ஒளியில் தனக்கான மெத்தையில் படுத்துக்கொண்டு போர்வையை இழுத்து போர்த்திக் கொண்டாள். பின் கைப்பேசி ஒளி மறைந்து அந்த அறை இருளில் மூழ்கியது.

*****

இரவினை விரட்டுவது அதிகாலை ஆதவன் தானே. அந்த ஆதவன் உதித்திட உயிர்கள் எல்லாம் விழித்திட வேலனும் அவனது கூட்டு பட்டறையின் நண்பர்கள் இருவரும் தேநீர் கடையில் தேநீரை அருந்தினர். அதில் ஒருவன் "இன்னக்கி நைட் நாடகம் பட்டைய கேலுப்ப போகுது பாருடா" என்றான். வேலன் "ம்ம்" என்று வேண்டாம் வெறுப்பாய் பதிலுரைத்து தேநீர் கடை மேசையில் அமர்ந்திருந்தான். அவனுக்கு எதிரில் தொங்கவிடப்பட்ட செய்திதாளினை படித்தான். அதில் ஒரு பெண்ணின் புகைப்படம் இருக்க, அதன் அருகில் இப்படியான வாசகம் இருப்பதை படித்தான். "கழுத்தருக்கப்பட்ட நிலையில் கல்லூரி மாணவியின் உடல் குப்பைத்தொட்டி அருகில் மீட்பு" இதை படித்த வேலன் குடித்த தேநீர் கண்ணாடி தம்பளரை அங்கு வைத்து விட்டு தனியாக நடந்தான். அவனுடன் வந்திருந்த ஒருவனில் "என்னாடி ஆச்சு இவனுக்கு நைட்டாலம் தூங்கல, இப்ப என்னடா நா யார்கிட்டேயும் பேச மாட்டுறான்அ, காத்து கருப்பு ஏதாவது அடிச்சிருச்சா" னு அவன் கூறினான். பின் அந்த இருவரும் வேலன் குடித்த தேநீருக்கும் சேர்த்து பணமளித்துவிட்டு கூத்து பட்டறையை நோக்கி நடந்தனர்.

*****

நடந்தவாறே ரோஸியும் என்.ஆர்.ராமன் வீட்டு மெத்தை மாடியில் கைப்பேசியில் யாரோடோ பேசிக்கொண்டிருந்தாள். அவளுக்கு காலைத்தேநீர் அளிக்க அவளின் தோழி செனிபர் படிகளில் ஏறி அவளிடம் வந்தாள். அவள் தான் பேசிக்கொண்டிருந்த அழைப்பை துண்டித்துவிட்டு, செனிபர் அளித்த தேநீரை வாங்கினாள். பின் இருவரும் அந்த அதிகாலை சூரிய ஒளியில் பேசிக்கொண்டே மெத்தையில் நடந்தனர்.

*****

நடக்கும் சத்தம் ஜெயாவின் காதுகளில் ஒலித்தது. அது வெறும் ஒரு மாணவியின் இருகால்கள் நடக்கும் சத்தம் அல்ல, பல மாணவிகள் அங்கும் இங்கும் நடக்கும் சத்தம் வெளிப்படையாய் கேட்க, ஜெயா எழுந்தாள். பின் முகத்தினை கசக்கியவாறு அறை கதவை திறந்தாள். அறையின் வெளியில் கிட்டத்தட்ட அனைத்து பெண்களும் அங்கும் இங்கும் கூட்டம் கூடி பேசிக்கொண்டிருந்தனர். ஜெயாவிற்கு விவரம் ஏதும் அறியாமல் அங்கே நின்றிருந்தாள். மதியும் கண்விழித்து "என்ன ஜெ, ஒரே சத்தமா இருக்கு" னு கேட்டாள். "அதென்னனு தெரியல மதி, எல்லாம் வெளியிலதான் இருக்காங்க" னு ஜெயா பதிலளித்து, அவள் அறையின் அருகில் நின்றிருந்த ப்ரித்தியை ஜெயா அழைத்தாள். ப்ரித்தியும் ஜெயா நிற்கும் இடத்திற்கு வந்து நிற்க, "என்ன ஆச்சு, ப்ரித்தி" னு கேட்க, மதியும் எழுந்து ஜெயாவுடன் நின்றிருந்தாள். "ஜெ, நைட் அட்டனான்ஸ் சீட்ல ஒன்பது மணி வரைக்கும் கலை வந்து சைன் போடல, மேரி மேடம் பயந்து போய் அவ ப்ரண்ட்ஸ் கிட்ட கேட்டுட்டு அவ மொபைல் நம்பருக்கு போன் போட்டாங்களாம் போன எடுக்கலையாம். வேற வழியில்லாம நைட்டே மேரி மேடம் போலிஷ் ஸ்டேஷன்ல மிஸ்ஸிங் கேஸ் பைல் பன்னிட்டாங்காளா, இன்னக்கி காலையில மேடம்க்கு போலிஷ் கால் பன்னி ஒரு பொண்ணு டெத் பாடி இருக்கு, வந்து அடையாளம் காட்ட சொல்லி இருக்காங்களாம், இப்ப மேடம் அங்கதான் போய் இருக்காங்க, இத பத்தி எல்லாரும் பயப்படுறாங்க" னு ப்ரித்தி கூறினாள். இதை கேட்ட மதி சற்று சோகமுற்று நின்றிருந்தாள். அதோடு ஜெயாவும் அதிர்ச்சிக்கு உள்ளானாள். மூவரும் மௌனமாய் நின்றிருந்தனர்.

அவர்களின் மௌனத்தை கலைக்கும் விதமாக ப்ரித்தியின் தோழி ப்ரித்தியை அழைத்தாள். மூவருமே அவள் நின்றிருந்த இடத்திற்கு சென்றனர். அவளின் கையில் இருந்த கைப்பேசியில் ஒரு தொலைக்காட்சியில் நேரலை செய்திகள் ஓடியது. அதில் கூறுவது "கழுத்தெருக்கப்பட்ட நிலையில் கல்லூரி மாணவியின் உடல் குப்பைத்தொட்டி அருகில் வீசப்பட்டுள்ளது. இந்த சம்பவம் பேர் அதிர்ச்சியை ஏற்படுத்தியுள்ளது. (இந்த செய்தி கைப்பேசியில் ஓடும் போது, கலையின் புகைப்படமும், கழுத்தெருக்கப்பட்டு புகைப்படமும் காட்டப்பட்டன. அந்த புகைப்படத்திலும் கலை பரத நாட்டிய ஆடையிலே இருந்தாள். செய்தியில் ஓடுவது) கலை என்னும் கல்லூரி மாணவி தனியார் மருத்துவ கல்லூரி ஒன்றில் முதலாம் ஆண்டு செவிலியர் படிப்பு படிக்கிறாள். நேற்று இரவு நீண்ட நேரம் ஆகியும் விடுதிக்கு வராத நிலையில் அந்த ஹாஸ்டல் வார்டன் மேரி அவர்கள் போலிஷிடம் கம்ப்ளைன் ஒன்றை பதிவு செய்தார்கள். பின் அதிகாலையில் ரொந்து சென்ற போலிஷாரின் கண்கள் குப்பைத்தொட்டி அருகில் சடலம் ஒன்றை பார்த்திட, அந்த காவலதிகாரி தன் உயர்அதிகாரியிடம் தகவலை கூறினார். பின் ஹாஸ்டல் வார்டனை வரவழித்து அடையாளம் காண்பித்து பிணத்தினை மீட்டு அரசு மருத்துவமனையில் பிரேத பரிசோதனைக்காக அனுப்பி வைக்கப்பட்டுள்ளது. இந்த சம்பவம் அந்த பகுதி மக்களிடையே பேர்ரதிர்ச்சியை ஏற்படுத்தியுள்ளது." என்ற வார்த்தையுடன் கைப்பேசியில் ஓடிய செய்தியில் செய்தியாளர் முடித்தார். இதை கேட்ட மதி கண்ணீர் விட்டு அழுததோடு அலறினாள். ஜெயாவிடம் அழுதவாறே

"வா ஜெ நாம்ப போய பாரக்கலாம்." னு தேம்பி தேம்பி கூறினாள். ஜெயா மதியினை தோள்களில் அணைத்துக்கொண்டே "போலாம் இரு மதி" என்றாள்.

சில மணி நேரங்களுக்கு பிறகு மருத்துவமனையின் பிரேத பரிசோதனை அறையின் வாசலில் கூட்டம் கூட்டமாக மாணவிகள் நின்றிருக்க, அறையின் வாயிலை ஒட்டி காவலதிகரிகளும் மருத்துவர்களும் பேசிக்கொண்டிருந்தனர். மாணவிகளின் கூட்டத்தில் பலரின் விழிகளிலும் கண்ணீர் வழிந்தது. மதியும் ஜெயாவும் அந்த கூட்டத்திலே நின்றிருந்தனர். மாணவிகளை நோக்கி காவல்துறை உயர்அதிகாரி "உங்க கஸ்டம் என்னனு எனக்கு புரிது, நேத்து வரைக்கும் நம்ப கூடவே இருந்திட்டு இன்னக்கி நம்ப கூட கலை இல்லாத உங்களால ஏத்துக முடியாது தான் வேற வழியில்லை ஏத்துகிட்டுதான் ஆகனும். இந்த கொலை எந்த நோக்கத்தில நடந்தது னு தெரியல, அந்த பொண்ணு கலை, நாட்டியாஞ்சலி முடிச்சு வரும் போது இந்த சம்பவம் நடந்ததானும் தெரியல, அதோட பாலியல் ரீதியாவும் துன்புறுத்தப்பட்டுள்ளதா ரிப்போர்ட் சொல்லுது. சோ என்ன மோட்டிவ் னு தெரியல, எங்க பக்கம் காவல்துறை அவங்களோட முழு எவ்வோர்ட் போட்டு தான் விசாரிக்கிறாங்க, கொஞ்சம் டைம் ஆகும், ஏனா கேஸ பல ஆங்கிள்ல விசாரிக்கனும் ஓகே வா, அதனால யாரும் கூட்டத்த கூட்டிட்டு நிக்காதிங்க" னு அந்த அதிகாரி பேசி முடித்தார். பின் அவர் அங்கிருந்து புறப்பட, பிணவறையில் இருந்து கலையின் உடல் தூக்கிக்கொண்டு வரப்பட்டது. அதை பார்த்த அனைவரும் கண்கலங்கிட, கலையின் தாய் மார்பிலே அடித்துக்கொண்டு

அழுதாள். "அய்யோ என் மவள இப்படிதான் நா பக்கனுமா, ஆண்டவா ஒனக்கு கண்ணு இல்லையா, உனக்கு வேணும் னா என் உசிர எடுக்க கூடாதா" னு கத்தியவாறு அழுதார்கள். அங்கு நின்றிருந்த அவசர ஊர்தியில் கலையின் சடலம் வாகனத்தில் ஏற்றப்பட்டது. அவளின் தாயும் அவர்களுடன் வந்திருந்த இருவரும் அந்த வாகனத்தில் ஏறிட வாகனம் புறப்பட்டது. இதை பார்த்துக்கொண்டிருந்த மாணவிகளின் கண்களில் கண்ணீர் அருவியாய் ஊற்றியது. மதியோ ஜெயாவின் தோள்களில் சாய்ந்து அழுது கொண்டிருந்தாள். மதியின் விழி நீரால் அவள் அணிந்திருந்த மேலாடை நனைந்திருந்தது. அந்த அவசர ஊர்தி மாணவிகளின் கண்களிலிருந்து மறைந்தது.

கலை தங்கியிருந்த அறையிலும், அவளின் அறை தோழிகளிடமும் பெண் காவலர்கள் இருவரும் ஆண் காவலர் ஒருவரும் விசாரணை நடத்தினர். அழுத கண்ணங்களோடு மதி படுக்கையில் அமர்ந்திருந்தாள். ஜெயாவும் உடன் அமைதியாகவே அமர்ந்திருக்க, "ஜெ, அவள எனக்கு ரொம்ப பிடிக்கும் ஜெ" னு அழத்தொடங்கனாள் மதி. "சரி விடு அழுத இப்ப என்ன ஆக போது, இந்த பொண்ணுங்ககிட்ட தப்பு பண்ணறவன லாம் கண்டுபிடிச்சவோடனே கொன்னுடனும், அப்ப தான் பயம் வரும். அதைவிட்டுட்டு கோர்ட், ஜெயில், தண்டனை, மேல்முறையீடு, சுப்பீரிம் கோர்ட்டு" னு எதுவுமே இருக்க கூடாதுனு கோபமாய் ஜெயா கூறினாள். மதியும் கண்களை துடைத்துக்கொண்டு கைப்பேசியினை எடுத்து எப்போதோ கலையுடன் எடுத்த புகைப்படத்தை பார்த்தாள். அந்த புகைப்படத்தில் கலை காதுகளில் கைப்பேசி வைத்திருப்பது போல் இருந்தது. அதை பார்த்த மதி,

"ஜெ கலையோட மொபைல் எங்க இருக்கும், ஹாஸ்டல் முழுக்க தேடிப்பாத்தும் எங்கையுய் இல்லையான்அ, அப்படின தப்பு எங்க நடந்ததோ அங்கதான இருக்கும்" னு கூறினாள். அதை கேட்ட ஜெயா, "நீ கலை நம்பர மட்டும் எனக்கு அனுப்பி விடு, நா சுப்பு கிட்ட சொல்லி எங்க இருக்துனு பார்க்க சொல்லறன்அ" னு சொன்னாள். பின் சில நிமிடங்களில் ஜெயாவிற்கு அழைப்பு வந்தது. அதில் சுப்பு பேசினாள். சுப்புவிடம் பேசிய பின் ஜெயா மதியிடம் பேசினாள். "மதி, கலை போன் சுவிட்ச் ஆஃப்ல இருக்கு, அந்த போன் இருக்குற இடம் சிதம்பரம் நடராஜர் கோவில்ல, என்ன போலாமா" என்று ஜெயா கூறிடயவுடன், மதியும் ஜெயாவும் விடுதியிலிருந்து யாருக்கும் தெரியாமல் நடராஜர் கோவிலுக்கு சென்றனர். அந்த கோவில் உள்ள கிழக்கு கோபுர வாசலில் உள்ள மண்டத்தில் நுழைந்தனர். அங்கு தான் எங்கையோ கைப்பேசி இருப்பதை ட்ராக்கிங் டிவைசர் உறதிபடுத்தியது. பின் அங்கு இரு தூணுக்கு இடையில் கைப்பேசி இருந்தது. அதை எடுத்துத் ஆன் செய்து பார்த்தனர். பின் ஜெயா, "சார்ஜ் இல்ல மதி, இப்ப நாம்ப ரூமுக்கு போய் இத பாப்போம்" என்றாள். மதியும் ஜெயாவும் அங்கிருந்து புறபட்டு தன் அறையில் இருந்த சார்ஜரில் கலையின் கைப்பேசியை பொருத்தினார்கள். இரவு ஏழரை மணியானது உணவு அருந்துவதற்கு "மதி நேத்துல இருந்து சரியா சாப்பிடல வா போய் சாப்பிடலாம்" னு ஜெயா அழைத்திட. முழுமனமில்லாமல் மதியும் உணவருந்த சென்றாள். உணவு உண்ட பின் அறைக்கு வந்து கலையின் கைப்பேசியை எடுத்து பார்த்தனர். அதில் லாக் எதுவும் இல்லை. அந்த கைப்பேசியில் உள்ள புகைப்படங்களை பார்த்திட,

கடைசியாக அந்த கைப்பேசியில் நீண்ட நேர வீடியோ ஒன்று பதிவாகியிருப்பது தெரிய வந்தது. அதை ப்ளே செய்து மதியும், ஜெயாவும் பார்த்தனர். அன்று நாட்டியாஞ்சலி நிகழ்ச்சியில் கலை நடமாடும் கழிப்பறைக்கு சென்று திரும்பிய போது அக்கோவிலில் உள்ள தூண்களின் மறைவில் பேச்சு சத்தம் கேட்டது. அதை கேட்டு கலை நின்றாள் உடனே தன் கைப்பேசியில் வீடியோவாக அதை பதிவு செய்தாள். அந்த வீடியோ பதிவே ப்ளே ஆனது, உருவம் ஏதுமின்றி குரல்கள் ஒலித்தன. அது பின்வருமாறு இருந்தது "சேம், நம்ப போட்ட பிளான் மாதிரியே நாளைக்கு நைட் இந்த கோவில்ல குத்து நடக்கும், சோ கோவில் உள்ள யாரும் வர மாட்டாங்க, கருவறையின் கதவை பூட்டி சாவி வைச்சிருக்கும் ஐயர் நாளைக்கு நைட் சொர்க்கத்துக்கு போயிடுவாரு, நமக்கு பிரச்சனையே இல்லை நைட் நீ வந்து சிலையை எடுக்குற புரிதா" னு பேசியவாறு தூண்களின் மறைவில் இருந்து பேசியவன் வெளிப்பட்டான். அவன் பார்ப்பதற்கு நாகரீக உடையணிந்து, கண்ணத்தாடிகளை சவரம்செய்து சமூகத்தில் நல்லதொரு இடத்தில் இருப்பது போல் இருந்தது. திரும்பியவன் கலை நிற்பதை பார்த்துட்டு "டேய் சேம் புடிடா அவள" என்றவுடன். அவனுடன் இருந்த சேம் என்பவன் பெரிய உடலமைப்பு கொண்டு இருந்தான். கலை கைப்பேசியை தூணுக்கிடையில் வைத்துவிட்டு ஓட முயலுகையில் சேம்மிடம் பிடிப்பட்டாள் கலை. பிடித்தவுடன் "டேய் சேம், என்னடா இதெல்லாம், இங்க பாரு இவள இப்பவே போட்டுரு, சி.சி.டி.வி கேமரா இங்க இல்லைல, முடிச்சதுக்கப்புறம் யாருக்கும் தெரியாதபடி டிஸ்போஸ் பண்ணிடுடா" என்றான். சேம் "ம்ம்" என தலையசைத்தான். பின் கலையின்

கழுத்தை ஒரு கத்தியால் அறுத்தான். கலை துடித்துடித்து இறந்து போனாள். அவளின் உடலை கோணி சாக்கில் போட்டு மூட்டை போல் கட்டினான் சேம். பின் அங்கிருந்து அந்த மூட்டையை தூக்கியவாறு சென்றான். இந்த நிகழ்வை கைப்பேசியில் பார்த்து விட்டு மதியும் ஜெயாவும் ஒருவரையொருவர் பார்த்து கொண்டனர். சேம் சென்ற பின் அங்கிருந்த தூணின் மறைவில் இருந்து உயரமான ஒருவன் வெளிப்பட்டான். அவன் வேலனே. இதையும் பார்த்த மதி. "ஜெ. இதோ நேர்ல பார்த்த சாட்சி, நம்ப கையில இருக்குற வீடியோ இதெல்லாம் போலிஷ் ல காட்டுனா, அவன அரஸ் பண்ண மாட்டிங்களான்னு" கேட்டாள். ஜெயா மதியிடம் "மதி நல்லா கவனிச்சுக்கோ, நம்ப பைனல் இயர் படிக்குறோம். இன்னும் ஆறே மாசம்தான் அப்புறம் லைஃபே வேற, இதன்அ ரியாலிட்டி, சோ நமக்கு இதெல்லாம் தேவையில்லாதது. அதோட இப்ப இவனுவள அரஸ்ட் பன்னா கலை வந்துறுவாளா சொல்வு இல்லைல. இந்த இழப்ப ஏத்தக்குட்டுதான் ஆகனும்" னு எடுத்துரைத்தாள். மதி தன் கையில் வைத்திருந்த கலையின் கைப்பேசியில் ஒரு குறுஞ்செய்திக்கான அழைப்போசை வந்தது. வந்து சில நாழிகையில் கைப்பேசி சுவிட்ச் ஆஃப் ஆகியது. மீண்டும் ஆன் செய்து பார்கையில் அந்தகைப்பேசியில் இருந்த எந்தவொரு வீடியோஸ்களும், போட்டோஸ்களும், ஆடியோஸ்களும் இல்லை அழிந்து போனது. அதை கண்ட மதி உண்மையில் வியப்புக்குள்ளானாள். பின் ஜெயாவை பார்த்தாள், ஜெயா கூறியது இன்னும் ஆறு மாதம்தான் கல்லூரி வாழ்க்கை னு புரிஞ்சு கிட்டு படுக்கையில் படுத்து போர்வை இழுத்து போர்த்திக் கொண்டாள். அவள் படுத்தவுடனே ஜெயாவும்

படுத்தாள். படுத்தபின்பு மதியின் மனதில் கலையின் முகம் வந்து வந்து போனது. அதோடு தெருக்கூத்து நடைபெறும் நாள் இன்றுதான். அப்படியானல் இன்றைய இரவு நடராஜர் சிலை திருடப போகுதா எனவும் சிந்தித்தாள். அவள் விழிகள் உறங்கமால் எதை எதையோ சிந்தித்தது. பின் மதி படுக்கையில் இருந்து எழுந்தாள். என்ன நடந்தாலும் சரி நாம்ப நடராஜர் கோவிலுக்கு போவோம்னு யாருக்கும் தெரியாமல் புறப்பட்டாள்.

நடராஜர் கோவிலின் வடக்கு வாசலில் தெருக்கூத்து நடைபெற்று கொண்டிருக்க மதியும் அங்கு வந்திருந்தாள். மணி இரவு இரண்டை தொட்டு இருந்தது. அந்த நாடக சபையில் திரைச்சீலை பிடத்திருந்தவன் வீடியோவில் பார்த்தது போலவே மதிக்கு தெரிந்தது. அவள் அங்கையே நின்றாள். பின் அந்த திரைச்சீலை விளக்கியவுடன் ஒரு பெண் வேடம் நடனமாடியது. திரைச்சீலையை வைத்து விட்டு அங்கிருந்து சற்று வெளியில் வந்த வேலனை மதி தடுத்தாள். "யாருங்க நீங்க" என்று வேலன் கேட்க. "நீ அன்னக்கி கலை சாகும்போது பாத்தவன் தான" என்று கேட்டாள். அவன் அதிர்ச்சியடைந்து பயத்தோடு இருந்தான். மதி கேட்டவுடன் அவன் "யார் சாகும் போது, எதுவும் எனக்கு தெரியாது, நா எதையும் பாக்கலனு" பொய் சொன்னான். மீண்டும் மதி கேட்டிட "நேத்து எங்க பட்டறையில ஒத்திகை பாத்தங்க, எனக்கு இந்த நாடகத்தில வேடம் எதுவும் இல்ல, எங்க சும்மா இருக்குறதுன்னு கோவில் உள்ள வந்தன்அ, அப்பதான் அந்த கொடூர அரக்கன் அந்த பொண்ணு கழுத்த அறுக்குறத பார்த்தன்அ, எனக்கு என்ன பண்ணறதுன்னே தெரியல, பயத்துல நா அங்கேய ஒளிஞ்சிகிட்டு இருந்தன்அ, அவன் போன உடனே நானும் வந்துட்டன்" னு வேலன் சொன்னான்.

வேலனுக்கு சிலை திருட்டை பற்றி எதுவும் தெரியவில்லை என்பதை அவன் கூறியதில் இருந்து மதி அறிந்து கொண்டாள். பின் சட்டென்று சிந்தித்து அவனையும் கோவில் உள்ளே அழைத்துச் சென்றாள்.

கோவிலின் கருவறை கதவு திறக்கப்பட்டு இருந்தது ஒருவன் நடராஜர் சிலையை தூக்கியவாறு வந்ததை மதியும் வேலனும் பார்த்திட, அவன் வேறுயாரும் இல்லை கலையை கொன்றவன். மதி வேலனை அவனிடம் சண்டையிடுமாறு கூறினாள். வேலனோ அவன் கலையின் கழுத்தறுத்ததை எண்ணி தயங்கி தயங்கி நின்றிருந்தான். பின் மதியே அவனை போய் தடுத்தாள். அவன் யார் எவரென்று பார்க்காமல் பாலர் என்று கன்னத்தில் அறைந்தான். மதி அவனின் அடியை தாங்கி கொள்ளாமல் சுருண்டு விழுந்தாள். அவன் சிலையை தூக்கிக்கொண்டு நடந்திட அவன் முதுகு புறத்திலிருந்து தலையில் துப்பாக்கியை எடுத்து வைத்தார் என்.ஆர்.ராமன். அவன் அதிர்ச்சியில் அப்படியே நின்றான். அவர் மதியை பார்த்தார். "மதி, மதி" என்று அழைத்திட அவள் எழுந்திருக்கவில்லை. உடனே மறைந்திருந்த வேலன் வெளிப்பட்டான். "யாருட நீ" என்று அவர் கேட்க, வேலன் "எனக்கு ஒன்னும் தெரியாது சார், இவங்த தான் என்னைய கூட்டிட்டு வந்தாங்க" னு பதிலுரைத்தான். என்.ஆர்.ராமன் "சரி நீ மதிய கூட்டிட்டு போ, அவளுக்கு ப்ரஸ்ட் எய்டு குடுடா, நா இவன பாத்துகறன்அ" னு கூறினார். அவர் கூறியவுடன் மதியை தூக்கிக்கொண்டு வேலன் கோவிலில் இருந்து வெளிவந்தான். தலையில் துப்பாக்கியை வைத்து என்.ஆர்.ராமன் "ஏண்டா, எவளவு பெரிய சிலை இது. இப்படி பட்ட சிலைய எங்க தமிழர்கள் அப்பவே எப்படி செஞ்சிருக்காங்க, அதை போய் திருட பாக்குறியே டா" னு அவர் கூறிட,

முதுகுபுறத்திலிருந்து முகத்தை காட்டினான் சேம். அதிர்ச்சி அடைந்தார் என்.ஆர்.ராமன். உடனே ஒரு துப்பாக்கியிலிருந்து குண்டுகள் வெளிவரும் சத்தம் கேட்டது.

*****

கோவிலுக்கு வெளியில் தெருகூத்துகாரரகளுக்காக போடப்பட்டிருந்த கொட்டகையில் மதியை படுக்க வைத்தான். அங்கே நாடகத்தில் முயலகனை சிவன் வதம் புரிவது அரங்கேறியது. மதியின் முகத்தில் தண்ணீர் தெளித்து எழுப்பி பார்த்தான். எந்த அசைவும் இல்லை. வேலனை வெளியிலிருந்து யாரோ அழைப்பது போல் சத்தம் கேட்டிட, மதியை அங்கையே படுக்க வைத்து விட்டு வெளியே சென்றான். "ஆசான் உன்ன கூப்பிட்டாரு வேலா" னு அவன் நண்பன் உரைத்திட வேலன் நாடகம் நிகழும் இடத்திற்கு ஓடினான். அங்கிருந்த ஆசான், "வேலா, ஆனந்த தாண்டவம் நிகழ போது, எங்க போயிட்ட பாரு டா" னு கூறினார். வேலனும் மற்றவர்களும் சிவன் வேடம் போட்டிருந்த கண்ணன் ஆடும் நடனத்தை பார்த்து ரசித்தனர். பின் நாடக சபை முடிந்தவுடன் ஊராரை வணங்கி நாடக கலைஞர்கள் பாட்டு பாடியவாறு சென்றனர். வேலன் மட்டும் வேகமாய் சென்று மதியை எழுப்பினான். இந்தமுறை அவளும் எழுந்தாள். எழுந்து அமர்ந்த மதியிடம் "துப்பாக்கியுடன் ஒருவர் வந்திருந்தார் அவர்தான் உன்னை அழைத்து செல்ல சொன்னார்" என்று நடந்ததை வேலன் கூறினான். பின் மதி வேலனுக்கு நன்றி கூறிவிட்டு அங்கிருந்து புறப்பட்டாள்.

அந்த அதிகாலை பொழுதில் விடுதியினுள் மதி நுழைந்தாள். விடுதியில் தன் அறைக்கு சென்றாள். அங்கு படுத்திருந்த ஜெயா போர்வையை முழுவதும் போர்த்தியபடி உறங்கிக் கொண்டு இருந்தாள். அதைப் பார்த்த மதி தன் மெத்தையில் படுத்தாள். படுத்தவுடன் உறங்கியவள் காலை பதினொரு மணிக்கே எழுந்தாள். எழுந்தவள் மணியை பார்த்தாள். பின் கழிவறைக்கு சென்றாள். விடுதியில் உள்ள அனைத்து மாணவிகளும் கல்லூரிக்கு சென்று

விட்டது போல இருந்துது. பின் மதி தன் கைப்பேசியை எடுத்து இணையதளபக்கத்தில் நுழைந்தாள். அதில் முதல் காணொளியாய் "தில்லையில் சிலை திருட்டு" என்ற செய்தி இடம்பெற்றிருந்தது. அதனுள் சென்றவுடன். "நேற்றைய இரவில் தில்லை நடராஜர் ஆலயத்தில் மர்மமான முறையில் என்.ஆர்.ராமன் மற்றும் வேறு ஒரு மர்ம நபரும் துப்பாக்கியால் சுடப்பட்டு இறந்து கிடந்தனர். அதோடு சிதம்பரம் என்றழைக்கப்படும் தில்லையில் உள்ள நடராஜர் கோவிலின் மூலச் சிலையையும் காணவில்லை. போலிஷார் தீவிர விசாரணையில் ஈடுபட்டுள்ளனர். கோவிலில் உள்ள சி.சி.டி.வி கேமராக்களும் தடை செய்யப்பட்டிருந்தது என்பது குறிப்பிடத்தக்கது. சிலையை யார் கடத்தினர் என்று இது வரை தெரியவில்லை? அதோடு சிலை வெளிநாடுகளுக்கு செல்லாமல் இருக்க அனைத்து விமான நிலையங்களிலும் தீவிர சோதனை செய்யப்படுகிறது. அதோடு தமிழக காவல்துறை இரண்டு தனிப்படை அமைத்து தீவிர தேடுதலில் உள்ளனர்" என்று அந்த காணொளி செய்தியில் கூறப்பட்டது. இதை பார்த்த மதி ஆச்சிரியமடைந்தாள்.

அந்த இரவில் அந்த இருவரையும் சுட்டு சிலையை தொட்ட கரங்களுக்கே தெரியும் சிலையை யார் எடுத்தது என்று. இல்லையெனில் அந்த நடராஜர் சிலைக்கு தெரியும் தன்னை தொட்ட கரங்கள் யாருடையதென்று. சிலை தொட்ட கரங்கள் யாருடையது??.

The paper is end.

இத்தனை பக்கங்களையும் வாசித்த மாறன் என்பவர் இதை எழுதிய ராஜிடம் பேசினது. "செம ராஜீ, ரியலி செம டா" என்றார். "நன்றி அண்ணாணு" ராஜ் கூற, "டேய், இது ஸ்டோரி பார்மேட்ல இருக்கு டா, இத ஸ்கிரின்பேல பார்மேட்ல மாத்தனும் டா" னு மாறன் கூற, "ஓகே னா. இப்ப சும்மா எழுதினது னா" என்றான் ராஜ். "ஓகே டா எவ்வளவு பட்ஜெட் இந்த ப்ரொஜக்ட்டுக்கு" னு மாறன் கேட்க. "அண்ணா உன்களுக்கு தெரியாததானா, நம்ப இன்னும் முதல் படமே பன்னல எப்பவும் போல மினிமம் பட்ஜெடல தான் திங் பன்ன, இத விஷீவலா ஷூட் பண்ண முடியுமானு தெரியல னா, அதன் சார்ட் ஸ்டோரியா எழுதிட்டன் னா" என்று ராஜ் கூறினான். "அது ஓகே டா, அந்த சிலைய திருடினது யாரு டா" னு மாறன் கேட்க. "அண்ணா அது ஸ்கீரின்ல வரும் போது பாருங்க னா" என்று ராஜ் கூறினான்.

The story is continue.

என் நன்றியுரை

நான் இந்த கதையை எழுதுவதற்கு காரணமாக இருந்த என் உறவுக்கும், என்னுடன் என் வாழ்வில் பயணம் செய்யும் அனைத்து நண்பர்களுக்கும், உறவுகளுக்கும் மிக்க நன்றி. அதே போல் என் மனப்புலம்பல்களை கேட்டு ஆறுதல் உரைத்து ஊக்கமளிக்கும் என் அன்பு அக்காவிற்கும் என் நன்றியினைத் தெரிவித்துக்கொள்கிறேன்.

எழுத்தாளர்
சி.விக்கனராஜ்
உங்கள் கருத்துக்களை என்னுடன் பகிர்ந்து
கொள்ளுங்கள்
மின்னஞ்சல்- vignaraj1328@gmail.com
தொலைபேசி எண்- 7806959316

www.ingramcontent.com/pod-product-compliance
Lightning Source LLC
LaVergne TN
LVHW092031190726
843493LV00002B/647